खळाळता अवखळ झरा

आणि

इतर कथा

एकनाथ आव्हाड

मेहता
पब्लिशिंग
हाउस

KHALALTA AWAKHAL ZARA ANI ITAR KATHA by
EKNATH AVHAD

खळाळता अवखळ झरा आणि इतर कथा / बालकथा

एकनाथ आव्हाड
author@mehtapublishinghouse.com

संस्थापक : सुनील अनिल मेहता

प्रकाशक : मेहता पब्लिशिंग हाऊस प्रा. लि.,
१९४१ सदाशिव पेठ, माडीवाले कॉलनी, पुणे – ४११०३०.
✆ ०२०-२४४७६९२४
E-mail : production@mehtapublishinghouse.com
Website : www.mehtapublishinghouse.com

मुद्रक : श्री मुद्रा

मुखपृष्ठ व आतील चित्रे : फाल्गुन ग्राफिक्स

प्रथम आवृत्ती : मार्च, २०२२ / पुनर्मुद्रण : फेब्रुवारी, २०२४

किंमत : ₹ २६०

P Book ISBN 9789394258006

माझ्या लाडक्या लेकीला
वैष्णवीला...

अनुक्रमणिका

खळाळता अवखळ झरा

वार्षिक परीक्षेचा शेवटचा पेपर एकदाचा संपला. बाळू, शमीला खूप आनंद झाला. आधीपासूनच अभ्यासाचं नियोजन करून अभ्यास केल्यामुळे दोघांनाही पेपर छान गेले होते; पण या वेळी त्यांच्या आनंदाचं कारण जरा वेगळंच होतं. त्यांचं सारं लक्ष दोन दिवसांपूर्वीच घरी येऊन धडकलेल्या मामाच्या पत्राकडे लागलं होतं. शाळेतून घरी येताच दोघांनीही आईकडे एकच लकडा लावला- ''आई, मामाला फोन कर ना गं....''

आई म्हणाली, ''अरे हो, आजच तुमची परीक्षा झाली ना? जरा दम धीर आहे की नाही? का उचललं बाशिंग लावलं कपाळाला.''

''अगं आई, असं नाही म्हणत. उतावळा नवरा गुडघ्याला बाशिंग, अस्सं म्हणतात....'' बाळूने तत्परतेने दुरुस्ती केली.

आई म्हणाली,''दोन्हीचा अर्थ एकच बरं का, बाळकोबा. आणि तुम्हा दोघांनाही तो समजल्याशी कारण. बरं मला आता सांगा, असं अधीर होऊन, घायकुतीला येऊन कसं चालेल? जरा तरी सबुरी नको का ?''

शमी लगेच जागेवर गिरकी घेत म्हणाली,''आई, अगं मागच्या वर्षी आम्ही मामाच्या गावी गेलो तेव्हा किती मज्जा आली होती. उन्हाळ्याची सुट्टी कशी पाखरासारखी भुर्रकन उडून गेली, ते कळलंसुद्धा नाही.''

शमीने हाताचे पंख करून पाखरासारखं घरभर

चक्क उडायलाच सुरुवात केली. बाळू म्हणालो, ''आई, अगं मामाच्या गावी झाडांची दाटी, लपाछपी खेळण्याची तिथे गंमतच मोठी.''

शमी लगेच म्हणाली, ''आई, मामाचा गाव नदीच्या काठावर, आनंदाचे गाणे तिथे मुलांच्या ओठावर.''

आई हसून म्हणाली, ''अरे अरे, आता थांबवा तुमचं हे मामापुराण. कित्ती सांगाल मला ओर्णि

कितीदा सांगाल मला? अनेकदा सांगून झालंय मला हे. आता तेच तेच ऐकून माझे तर कान किटलेत बुवा. संध्याकाळी तुमचे बाबा आले ना, की त्यांना सांगा हो तुमचं हे मामापुराण. मग ते करतील चट्कन तुमच्या मामाला फोन. चला पळा आत, लब्बाडांनो. तुमच्या बॅगा भरायला करा सुरुवात. आणि हो, मामाच्या मुलांसाठी जी गोष्टींची पुस्तकं तुम्ही विकत घेतलीत ना, तुमच्या साठवलेल्या पैशांतून... ती आठवणीनं बॅगेत भरा, नाहीतर विसराल.''

'बॅगा भरा'... आईच्या या आदेशाने बाळू, शमीची कळी खुलली. त्यांच्या चेहऱ्यावर आनंदाचं इंद्रधनुष्य आपसूक फुलून आलं. आई आपल्या अवखळ मुलांकडे काही क्षण पाहतच राहिली.

खरंतर, बाळू-शमीला सुट्टीत गावी बोलवणारं मामाचं पत्र घरी आल्यापासून दोघंही एकदम खुशमखुश होते. कधी एकदाची परीक्षा संपतेय आणि आपण आजोळी जातोय, असं त्यांना झालं होतं. मागच्या वर्षी मामा, मामी, मामाची मुलं... तारा, दशरथ... आणि गावातले सवंगडी... शिरप्या, बकुळा, जना, म्हादू, गेणू... असे कितीतरी जण... बाळू-शमीचेही ते सारेच दोस्त झाले होते. त्या सगळ्यांनीच बाळू, शमीला झाडावर सरसर चढायला, कमरेला भोपळा बांधून नदीत पोहायला, सूरपारंब्या खेळायला शिकवलं होतं. रोजचा दिवस नवं काही शिकण्यात, एकदम मज्जेत जायचा. प्रत्येक जण एक अवखळ खळाळता झराच व्हायचा. संध्याकाळी झोपण्यापूर्वी मामा हटकून भुताची गोष्ट सांगायचा. मुलांना भीती वाटली तरी, पांघरूण अंगावर घेऊन, एकमेकांचा हात हातात धरून, डोळे विस्फारून, कान टवकारून मामाची अख्खी गोष्ट सारे ऐकायचेच; कारण गोष्टीत शेवटी काय घडलं याची उत्कंठा साऱ्यांनाच लागून असायची. बाळू, शमीसुद्धा गावातल्या मुलांना शहरातल्या, शाळेतल्या अनेक गमतीजमती सांगत. चुटके सांगून हसवत. कोडी घालत. बाळू तर स्वतःच्या कविता साभिनय म्हणून दाखवी. शमी कथाकथन करी. भरतनाट्यम् नृत्य सादर करून घरातल्यांच्या टाळ्या मिळवी. एकूणच काय, गावच्या मुलांचं आणि बाळू, शमीचं चांगलंच मेतकूट जमलं होतं. सारे एकत्र असले की हास्यविनोद व्हायचे. आनंदाच्या बागाच जणू फुलायच्या.

बाळू, शमीला बॅगा भरता भरता गावच्या मुलांसोबत केलेली धमाल, मजा, मस्ती सारी सारी आठवली. गावी प्रचंड उन्हाळा होता; पण गावच्या झाडामाडांमुळे, मित्रमंडळींमुळे आणि मामा-मामीच्या प्रेमामुळे तो उन्हाळाही त्यांना आवडायचा. खायची-प्यायची तर केवढी चंगळ होती त्यांची.

शेवटी एकदाचा बाबांचा मामाला फोन गेला. मामा लागलीच मुंबईला आला आणि बाळू, शमीला घेऊन गावी गेलासुद्धा. गावी गेल्या गेल्या बाळू, शमीला मामाच्या मुलांनी एक आनंदाची बातमी दिली. म्हणाले, "आपल्या गावात सर्कस आलीय. आपण सगळ्यांनी उद्याच जायचं बरं का सर्कस पाहायला." मग काय विचारता, एकमेकांना टाळ्या देत उद्याचा बेत पक्का झाला.

दुसऱ्या दिवशी दुपारी मामा-मामी, मामाची मुलं आणि बाळू, शमी सगळेच सर्कस पाहायला गेले. सर्कस पाहून बाळू, शमी भारावले...सर्कशीतल्या चिमुकल्या विदूषकाने तर विविध करामती आणि कसरती करून सर्वांचंच लक्ष वेधून घेतलं. का कुणास ठाऊक, त्या विदूषकाला प्रत्यक्ष भेटावं, त्याच्याशी बोलावं असं बाळूला खूप वाटलं. मामाकडे त्यानं तसं बोलूनही दाखवलं.

मग काय, सर्कस संपल्यावर मामानं सर्कस मालकाला भेटून बाळूची आणि विदूषकाची भेट घडवून आणली. अतिशय कमी उंची लाभलेली असतानाही त्याचं दुःख करीत न बसता इतरांना हसवण्याचं काम करणाऱ्या त्या विदूषकाला प्रत्यक्ष भेटून, त्याच्याशी गप्पा मारून बाळू, शमीला आनंद तर झालाच; पण घरची गरिबी दूर सारण्यासाठी त्याला लहान वयात हे काम करावं लागतंय हे ऐकून वाईटही वाटलं. त्याच्या वडिलांना दमा आहे. त्यांचे हात-पाय चालत नाहीत. त्याची आई दुसऱ्यांच्या शेतावर दिवसभर मजुरीला जाते. शाळांना सुट्ट्या असल्या की तेव्हाच तो सर्कशीत कामाला येतो. वाचनाची तर त्याला फारच आवड; पण गोष्टींची पुस्तकं विकत घ्यायला त्याच्याकडे पैसेच नसत. जे कमवतो ते तो सर्व घरखर्चाला, बाबांच्या औषधपाण्याला देतो, हे ऐकल्यावर शमीला पट्कन काहीतरी आठवलं. ती म्हणाली, ''ए विदूषकदादा, तू उद्या आमच्या मामाच्या घरी येशील?''

विदूषक हसला. म्हणाला, ''माझं नाव विदूषक नाही. वीरेंद्र आहे. सकाळी आठ ते दहा एवढाच वेळ माझ्यासाठी असतो. नंतर दिवसभर सर्कशीचे खेळ सुरू असतात; पण कशासाठी मी तुमच्या घरी येऊ?''

''तू ये तर खरं; मग सांगते सारं. अरे, आपण

आणखी गप्पा मारू.'' शमी आर्जवानं म्हणाली.

''बरं, बरं, येईन मी उद्या सकाळी आठ वाजता. चला, मला आता जायला हवं आत.'' वीरेंद्र निरोप घेऊन आत निघून गेला. मग मामा-मामी मुलांना घेऊन घराकडे आले.

घरी आल्यावर बाळूनं लगेच शमीला विचारलं, ''कशाला बोलवलंस गं शमू तू वीरेंद्रला घरी?''

आपला विचार गुलदस्त्यात ठेवतच शमी म्हणाली, ''कळेल, कळेल... उद्याच सारं कळेल... तुला आणि घरातल्यांनाही!''

बाळू हसला. बाळूच्या डोक्यात तर दिवसभर सर्कस, विदूषक आणि त्या विदूषकाचं बोलणंच होतं. संध्याकाळी बाळूनं त्याची कवितेची वही काढली आणि मनातले विचार तो भरभर कागदावर उतरवत गेला... त्याचीच 'विदूषक' ही कविता झाली.

सर्कशीतला विदूषक, गंमतजंमत करी
तालावरी त्याच्या, दुनिया हसे सारी
विचित्र पोषाखात, तो दिसे मजेदार
लाल नाक लावून, होई सायकलस्वार
मस्करी करून कधी, गमतीचे बोले
हसवूनी आमचे, डोळे करी ओले
सर्कशीचा खरा प्राण, तोच आहे खरा
त्याच्याशिवाय खेळ, होत नाही पुरा.

...संध्याकाळची जेवणं झाल्यावर बाळूनं ही कविता सर्वांना वाचून दाखवली. सर्वांनाच ती खूप आवडली. मग बाळूला आणखी काहीतरी सुचलं. त्यानं ती कविता सुंदर हस्ताक्षरात एका कागदावर लिहून काढली.

दुसऱ्या दिवशी सकाळी बरोब्बर आठच्या ठोक्याला वीरेंद्र दारात हजर. सर्वांनीच त्याचं उत्साहाने स्वागत केलं. विदूषकाचा पोशाख अंगावर नसल्याने तो आज जरा वेगळाच दिसत होता. चहा, नाष्टा, गप्पा झाल्यावर शमीनं कागदात बांधलेला खाऊ दिला त्याला. घरातल्यांनी आणि वीरेंद्रनंही कुतूहलानं त्या कागदात गुंडाळलेल्या चौकोनी खाऊकडे पाहिलं. मग शमीच म्हणाली,''उघड ना मी दिलेला खाऊ. बघ आवडतो का तुला.''

वीरेंद्रनंही कागदातून खाऊ बाहेर काढला. तर काय आश्चर्य!... त्यात चक्क बाबा भांड यांचं 'धर्मा', ना. धो. ताम्हनकरांचं 'गोट्या' आणि साने गुरुजींचं 'श्यामची आई' ही तीन पुस्तकं होती. पुस्तकांचा हा आगळावेगळा खाऊ वीरेंद्रला खूप आवडला. '' पुस्तकं वाचून कळव हं मला, कशी वाटली ही पुस्तकं तुला ते. कळवशील ना? मी तुला जाताना आमचा मुंबईच्या घराचा पत्ता देईन.'' शमी म्हणाली. आणि मग बाळूनं

काल स्वतःच्या हस्ताक्षरात लिहिलेली 'विदूषक' ही कविता त्याला भेट दिली. मामाच्या मुलांनी तर आमराईतले आंबे एका कापडी पिशवीत भरून त्याला दिले आणि मामीनं लाडवांचा डबा. मामा-मामीनं तोंडभरून त्याच्या कामाचं कौतुक केलं. हे सारं पाहून वीरेंद्रचे डोळे भरून आले. आवंढा गिळून तो म्हणाला, ''आता या सुट्टीत सर्कससोबतच असेन मी. घरची आठवण आली तरी घरी जायला मिळत नाही. दौरे असतात सर्कशीचे. शाळा सुरू झाल्यावरच आता घरी जाईन मी; पण आज... तुम्हा सगळ्यांना भेटून खूप आनंद झाला. माझ्या घरचीच जिवाभावाची माणसं भेटल्यासारखी वाटली मला. खरंच, काल तुम्ही माझी सर्कशीतली कला पाहिली आणि आज चक्क तुम्ही मला तुमच्यातलाच समजून घरी बोलवलंत. एवढं प्रेम दिलंत. कलाकाराला आणखी काय हवं असतं? कला माणसांना जोडते म्हणतात तेच खरं. आजची भेट आयुष्यभर लक्षात राहील माझ्या.''

सर्वांचा निरोप घेऊन वीरेंद्र गेला खरा; पण सर्वांच्याच मनात राहिला. तो जणू खळाळता अवखळ झराच वाटला. बाळू, शमीला या सुट्टीत वीरेंद्रच्या रूपाने आज नवीनं मित्र भेटला. उंचीने लहान पण कलेने महान असा.

■

‘कल्हईवाला कल्हई.....कल्हईवाला कल्हई....’ एक खास लयीतला मोठ्ठा आणि त्यापाठोपाठ एक लहानसा, किनरा अपरिचित आवाज सलग दोन-तीन वेळा कानावर पडला. तसे बाळू, शमी धावतच खिडकीजवळ गेले. कुणी बरं आरोळी दिली म्हणून खिडकीतून डोकावून ते खाली वाकून वाकून पाहू लागले. पण छे...! वाटेवर तर कुणीच दिसेना. थोड्याच वेळात पुन्हा एकदा तोच आवाज कानावर पडला. मग आवाजाच्या दिशेने अधीर होऊन बाळू, शमीने नजर टाकली. डोक्यावर रुमाल बांधलेला एक माणूस आणि त्याच्या सोबत बारीकशी अंगकाठी असलेला एक

सुंदर लखलखीत मन

लहान मुलगा दिसला त्यांना. नेमकी त्याच वेळी बाळू, शमीची आईसुद्धा खिडकीत आली. तिनेही कल्हईवाल्याचा आवाज स्वयंपाकखोलीतून ऐकला होताच. खिडकीत येताच तिनेच आता मोठ्याने त्या कल्हईवाल्याला आवाज दिला. ''ए कल्हईवाल्या... इकडे, इकडे... वर बघ.'' कल्हईवाल्याने त्यांच्या खिडकीकडे वर नजर टाकली. आई लगेच म्हणाली, ''वरती ये, गेटवर वॉचमनला सांग. फ्लॅट नंबर ५०मध्ये बोलवलंय म्हणून.''

''आलो आलो....'' एवढं बोलून तो कल्हईवाला आपल्या मुलासोबत बिल्डिंगच्या गेटमधून आत शिरला. वॉचमनकडे गेला.

शमी लगेच आईला म्हणाली, ''आई, कशाला गं बोलवलंस त्या कल्हईवाल्याला?''

''अगं शमू, आपली जुनी पिढीजात तांब्या-पितळेची खूपशी भांडी धूळ खात पडून आहेत घरात. त्यांची सगळी कल्हई गेलीय आतून. अगं, वापरात नसल्यानं पडून पडून कळकटलीत सारी भांडी. आता कल्हईवाला आलाच आहे तर त्या भांड्यांना आतून कल्हई लावून घेते. मग बघ कशी ती सारी भांडी लखलखीत होतील. मग स्वयंपाक-पाण्यालाही घरात ती वापरता येतील. खरंतर, किती दिवसांपासून या भांड्यांना कल्हई लावून घ्यायचं डोक्यात होतं; पण हल्ली कल्हईवाले इकडे येतच नाहीत; पण आज कसा देवासारखाच हा कल्हईवाला आलाय बघ.''

बाळू म्हणाला, ''अगं आई, पण आता तर सगळीकडे

स्टेनलेस स्टीलचीच भांडी वापरतात. सध्या कोणीच वापरत नाहीत तांब्या-पितळेची भांडी.''

आई म्हणाली,''अरे हो, त्यामुळेच तर हे कल्हईवाले हल्ली दिसत नाहीत फारसे. आणि तुला माहिती आहे का बाळू, तांब्याच्या भांड्यांत आंबट किंवा आम्लधर्मी पदार्थ बनविले की, त्यांच्यात रासायनिक प्रक्रिया होऊन अन्न बिघडण्याची शक्यता अधिक असते. कधी कधी अन्नाची चव बिघडते. कधी अन्नपदार्थांचा रंग बदलतो. तर कधी त्या अन्नपदार्थांतून विषबाधा होण्याचा धोकाही संभवतो बरं. हे सारं घडू नये म्हणून तर तांब्या-पितळेच्या भांड्यांना आतून कल्हई लावून घेतली जाते. बरं चला, बोलत काय बसलोय आपण. पट्कन आत चला. ती भांडी तेवढी काढून द्यायला मला मदत करा. तो कल्हईवाला येईलच एवढ्यात.''

बाळू, शमी आईसोबत स्वयंपाकखोलीत गेले. एक एक करून सारी भांडी काढली. केवढी मोठमोठी ही भांडी ...शमी तर सारी भांडी पाहून म्हणाली,''बाप रे! आई, केवढी गं ही भांडी. जादूच्या पोतडीतून बाहेर काढावी तशी कुठून कुठून शोधून काढलीस तू. मला तर इतक्या दिवसांत कधीच दिसली नाहीत घरात.''

तेवढ्यात दारावरची बेल वाजली. "आला वाटतं कल्हईवाला..." शमी पुटपुटली.

बाळूनं दार उघडलं तर कल्हईवालाच दारात उभा. बाळूचं लक्ष त्याच्यासोबत असलेल्या मुलाकडे गेलं. मळकट शर्ट आणि चड्डी घातलेला. जवळपास बाळूच्याच वयाचा, उंचीनं काहीसा बुटका, तरतरीत नाकाचा, बोलक्या डोळ्यांचा; पण अंगापिंडानं बारीकसा असलेला एक मुलगा बाळूकडेच टकमक पाहत होता. तेवढ्यात आई, शमी दारात आल्या.

आईनं विचारलं," का रे बाबा, कुठे मांडलीय तुझी कल्हईची भट्टी?"

कल्हईवाला म्हणाला, "इथं कोपऱ्यावरच्या केशव नाक्यावरच भट्टी मांडलीय बघा."

आईचं लक्ष त्याच्या सोबत असलेल्या मुलाकडे गेलं. तिनं सहज विचारलं त्या मुलाला, "काय नाव तुझं?"

"यदुनाथ"... मुलानं उत्साहानं सांगितलं.

"शाळेत जातोस? कोणत्या इयत्तेत शिकतोस ?"...

"आठवीत आहे मी, माई. मुंबई महानगरपालिकेच्या शाळेत जातो मी. सुट्टीच्या दिवशी आणि शाळा सुटल्यावर बाबांच्या हाताखाली मदतीला असतो." नम्रपणे यदुनाथ बोलला. बाळूला, शमीला आणि आईलाही यदुनाथचं खूप कौतुक वाटलं. कष्ट करून शिकतोय तो. 'माई'हा शब्द त्याच्या तोंडून ऐकताना किती छान वाटलं. आणि बोलताना किती गोड हसला तो.

आई म्हणाली, " पाणी, सरबत काही देऊ का?"

यदुनाथचे वडील म्हणाले, "नको, नको, कशाला तुम्हाला उगीच त्रास? तुमची भांडी आणा. आपण घेऊन जाऊ या भट्टीवर. तिथं यदुनाथची आई आहेच. लगेच कल्हई करून देऊ आम्ही."

आई हसून म्हणाली,"होय होय, आम्ही भांडी आणतो तोपर्यंत तुम्ही सरबत तरी घ्या. या, आत या."

आईनं त्यांना घरात घेतलं. बाळू, शमीनं पट्कन स्वयंपाकघरात जाऊन झट की पट दोन मोठे ग्लास कोकम सरबत बनवून आणलं. त्या दोघांच्या हातात ते ग्लास दिले. घरात आल्यावर आईनं यदुनाथकडे नीट निरखून पाहिलं. तेव्हा तिच्या लक्षात आलं की त्याच्या उजव्या खांद्यावर शर्ट खूपच फाटला आहे. शिवाय तब्येतीनेही तो बारीक आहे. तिला वाईट वाटलं. तिला चट्कन आठवलं की, मागच्या दिवाळीला बाबांनी बाळूला एक रेडिमेड नवीन शर्ट दुकानातून आणला होता; पण बाळूनं तो अजूनपर्यंत वापरलाच नव्हता. तिनं लगेच आतल्या कपाटातून तो शर्ट आणला.

म्हणाली,"यदुनाथ, हा घे शर्ट तुला. आमच्या बाळूसाठी त्याच्या बाबांनी आणला होता; पण त्यानं घातलाच नाही अरे. तू घाल. तुझ्या अंगावर शोभून दिसेल." यदुनाथला क्षणभर काही कळेनाच. तो दिङमूढ झाल्यासारखा काही क्षण त्यांच्याकडे नुसता पाहतच राहिला.

यदुनाथचे बाबाच मग मध्ये बोलले. "अहो, कशाला ताई, त्याला नवीन शर्ट?"

यदुनाथला वाटलं क्षणभराची आमची ओळख; मग मी हा शर्ट कसा घेऊ. मग तोही बोलला," नको, नको माई. नको मला शर्ट."

आई म्हणाली,"असू दे रे, माझ्याकडून तुला ही भेट."

यदुनाथनं आढेवेढे घेतले. शेवटी यदुनाथचे बाबा म्हणाले यदुनाथला, "घे पोरा, मायेनं दिलाय त्यांनी तुला. घे. नाही नको म्हणूस."

यदुनाथनं तो शर्ट घेतला. तो पट्कन म्हणाला,"मी उन्हाळ्याच्या सुट्टीत गावी जाताना घालेन हा शर्ट." आई गोड हसली. मग आई, बाळू आणि शमीनं आतून सगळी भांडी आणली. बाळूनं सर्व मोजली. भांड्यांची वहीत यादीही केली. मग आई कल्हईवाल्याला म्हणाली, "आम्हाला तुम्ही फक्त रिक्षापर्यंत ही भांडी न्यायला मदत करा; मग आम्हीच घेऊन येऊ ती तुमच्या भट्टीपर्यंत. कोपऱ्यावरच्या केशव नाक्याच्या बाजूच्या पटांगणातच भट्टी आहे ना तुमची? माहीत आहे आम्हाला तो नाका." आईनं दोन रिक्षा केल्या आणि ती भांडी कल्हईवाल्याच्या भट्टीजवळ आणली. आईसोबत बाळू,

शमीही होतेच. कल्हईवाला आणि त्याचा मुलगाही तिथे पोहोचलाच. लगेच कल्हईवाला, त्याची पत्नी आणि मुलगा कल्हईच्या कामाला लागले. जमिनीत छोटा खड्डा करून त्यात तयार केलेली भट्टी आता खासच लालबुंद झाली होती. कल्हईवाल्यानं त्या विस्तवावर आधी आतल्या बाजूनं भांडं तापवलं. मग पांढऱ्या रंगाची नवसागराची म्हणजेच अमोनियम क्लोराईडची भुकटी वापरून ते भांडं त्यानं आतल्या बाजूनं घासूनपुसून आधी स्वच्छ केलं. मग ते भांडं गार होण्यापूर्वीच त्यानं कथील धातूचा तुकडा त्या भांड्यात टाकला. तो धातू पट्‌कन त्या गरम भांड्यात वितळला. कल्हईवाल्यानं तो वितळलेला धातू मग भांड्यात सर्वत्र चांगला पसरवून त्याचा लेप आतून दिला. आणि लगेच ते भांडं त्यानं थंड पाण्यात बुडवलं. झालं; आता भांडं आतून चांगलंच लखलखीत, चकचकीत झालं होतं. बाळू, शमी हे पाहून हरखलेच. शमीला तर ही एक प्रकारची जादूच वाटली.

आईनं विचार केला, किती वेळ असं सगळ्या भांड्यांना कल्हई होईपर्यंत रस्त्यावर मुलांसोबत थांबायचं. कल्हईवाल्यानं आईचा चेहरा वाचला जणू. त्याला कळलं की काय; तो लगेच म्हणाला, ‘‘ताई, तुम्ही घरी जा हवं तर. मी आणि माझा मुलगा तुमच्या सगळ्या भांड्यांना कल्हई करून ती भांडी घेऊन येऊ दोन-तीन तासांत तुमच्या घरी. काळजी नका करू.’’

यदुनाथही म्हणाला, ‘‘माई, खरंच नका थांबू उन्हात. शिवाय भट्टीचीही उष्णता खूप आहे. जा तुम्ही खुशाल घरी. आम्ही येतो घरी सारी भांडी घेऊन.’’

आईची काहीशी द्विधा मनःस्थिती झाली. मग तिनं मनाशी ठरवलं, दोन-तीन तासांचाच प्रश्न; ठेवूया विश्वास. जाऊया आपण घरी. ती म्हणाली, ‘‘हो, या घरी. वाट पाहते मी. मग कामाचे पैसेही तिथेच देते, चालेल ना?’’ कल्हईवाल्यानं होकारार्थी मान हलवली. आई मुलांना घेऊन रिक्षात बसून घरी निघून गेली.

घरी येऊन आता त्यांना तीन तास झाले होते... चार..... पाच तास.. घड्याळ पुढे पळतच होतं; पण कल्हईवाला, त्याचा मुलगा त्यांची भांडी घेऊन घरी काही आलेच नाहीत. आईची चलबिचल वाढली. आपली भांडी त्यांनी लंपास केली की काय? नको नको ते विचार डोक्यात आले. मग ती एकटीच तडक घराबाहेर पडली. रिक्षात बसून कल्हईवाल्याच्या भट्टीजवळ पोहोचली; पण तिथे ना भट्टी, ना कल्हईवाला, ना त्याची पत्नी, ना त्याचा मुलगा यदुनाथ. आई रडकुंडीला आली. आता कुठे शोधू त्यांना. ना त्यांचा ठावठिकाणा माहीत. गेली आपली भांडी सारी. आता बाळूचे बाबाही ओरडतील आपल्याला. आपण कसा काय

मूर्खासारखा विश्वास ठेवला त्यांच्यावर... तिला काहीच सुचेना. आजूबाजूला चौकशी केली; पण काहीच कळेना. शेवटी निराश होऊन ती घराकडे परतली. संध्याकाळ खूपच वाईट गेली. कसा तरी स्वयंपाक केला. बाबा घरी आले. सगळं त्यांच्या कानावर गेलं. "असू दे ,जाऊ दे. यापुढे लक्षात ठेव. यातून धडा घे. उद्या पोलिसात वर्दी देऊ," असं म्हणून त्यांनी या विषयावर पडदा टाकला. आईला मात्र रात्रभर नीट झोप लागलीच नाही.

दुसऱ्या दिवशी सकाळीच दाराची बेल वाजली. आईला वाटलं दूधवाला असेल. दार उघडलं तर दारात तोच कल्हईवाला आणि हसरा यदुनाथ. आणि त्यांच्या हातात, पायाशी सगळी आतून-बाहेरून लखलखणारी त्यांची भांडी. "तुम्ही...?" आईच्या तोंडून हा एकच शब्द बाहेर पडला. बाळू, शमी आणि बाबाही दारात आले. आईच्या डोळ्यांत तर अश्रूच उभे राहिले.

यदुनाथ म्हणाला,"काल आम्हाला पोलिसांनी पकडून चौकीत नेलं. रस्त्यात भट्टी का पेटवली? कुणाची परवानगी घेतली? धूर झाला सगळीकडे. तक्रार आलीय म्हणाले. खूप वेळ बसवून ठेवलं आम्हाला. बाबांनी गयावया केली. पोलिसांना दया आली. मग त्यांनीच आम्हाला एक नवी जागा सांगितली. लांब आहे ती; पण मोकळी आहे. वस्ती, रहदारी नाही तिथं जवळपास. मग आम्ही तिथं गेलो. भट्टी पेटवली. तुमच्या सगळ्या भांड्यांना कल्हई होईपर्यंत रात्र झाली. म्हणून मग आम्ही आज सकाळी आलो."

कल्हईवाला म्हणाला,"ताई, आम्ही काल आलो नाही म्हणून रागवू नका. काल लय बाका प्रसंग आला होता आमच्यावर. आमचा नाइलाज झाला हो. तुमची भांडी गेली असं तुम्हाला वाटणं साहजिकच आहे; पण ताई, जिथं कष्टाचंच पुरत नाही, तिथं हरामाचं कसं पुरेल आयुष्याला? कष्टाची अर्धी भाकरीच आमच्यासाठी गोड आहे. लांडीलबाडी करून मग देवाला तोंड कसं दाखवू वरती गेल्यावर?" आईलाच काय पण बाबांना, बाळू, शमीलाही कल्हईवाल्याच्या आणि यदुनाथच्या लखलखीत, नितळ आणि नितांत सुंदर अंतर्मनाचं दर्शन अगदी सक्काळी सक्काळीच घडलं. देवच पावला जणू.

म्हणींची गंमत, गप्पांची संगत

दुपारची वेळ होती. सर्वांची दुपारची जेवणं आटपल्यावर जेवणानंतरची सर्व आवराअवर करण्यासाठी कधी नव्हे ते आज शमी आईला कामात मदत करायला आली. शमीची ही लगबग पाहून आई हसतच म्हणाली, “काय गं शमू, आज आईला कामात मदत करायला न सांगताही धावत आलीस. नाहीतर एरवी कामाच्या भीतीनं जेवणानंतर हातावर पाणी पडताच गायब होतेस. कधी हटकून म्हटलंच तुला की जेवणाची ताटं उचलायला ये, भांडी घासायला मदत कर, तर म्हणतेस, ‘‘जेवणानंतर नको काम, जेवणानंतर मला हवा आराम.’ मग आज काय गं विशेष? आज नाही करायचा का, जेवणानंतरचा आराम?”

शमी लाडेलाडेच म्हणाली, "अस्सं गं काय म्हणतेस आई? इतर वेळी करतेच ना गं मी तुला मदत?"

आई म्हणाली, "होय होय, कामाचा डोंगरच उचलतेस गं बाई तू. अगं, कामापुरता मामा आणि ताकापुरती आजी आहेस, तू नुसती."

तेवढ्यात दारात शमीच्या मैत्रिणींचा घोळका जमा झाला. त्यांनी शमीला हाक मारली. अनन्या, कृतिका, सुखदा, शर्वरी साऱ्याच शमीच्या मैत्रिणी. आज शमीला खेळायला बोलवायला दुपारी ठरल्याप्रमाणे तिच्या घरी हजर झाल्या. आईला हा सगळा प्रकार आधीच माहीत होता.

ती लगेच हसून म्हणाली, "काय गं शमे, तुला खेळायला जायला मी हो म्हणावं म्हणून हे सगळं चाललंय ना कामाचं नाटक? अगं, हे आधीच सांगायचं नाही का मला? ताकाला जाऊन भांडं कशाला लपवायचं?"

आईच्या बोलण्यावरून ज्या कामासाठी जायचं ते काम दडवू नये, हे शमीच्या लक्षात आलं. ती लगेच चेहरा पाडून म्हणाली, "सॉरी, सॉरी, तू नको म्हणत असशील तर मी नाही जात बापडी."

आई पदराने हसू दाबत म्हणाली, "हो का! गुणाची गं माझी पोर. केवढी आज्ञाधारक! आईचा एक शब्दसुद्धा खाली पडू देत नाही. अगं, पण मी तुला जर खेळायला नाही पाठवलं तर या भांड्यांचं काही खरं नाही बघ. सगळा राग या भांड्यांवर निघेल. म्हणतात ना, वड्याचं तेल वांग्यावर, अगदी तस्सं. त्यापेक्षा तू आपली खेळायलाच जा बरं. पळ लवकर. घरी वेळेवर ये म्हणजे झालं. सुखदाच्याच घरी तुम्ही सगळ्या जमणार आहात ना? अगं, कालच सुखदाची आई बाजारात भेटली, तेव्हाच मला तिच्याकडून कळली तुमची ही जमाडीजंमत. गाण्याच्या भेंड्या, गप्पा, एकमेकांना कोडी घालण्याचा खेळ... माहितीय मला सारं आणि पाच वाजता तुम्ही मुली भेळ आणि आइसक्रीम खाण्याचा कार्यक्रमसुद्धा करणार आहात ना? व्वा! छान! अगं गंमत केली तुझी. तू करतेस गं मला कामात मदत. बरं चल, पटकन आटप. तुझ्या मैत्रिणी केव्हाच्या तुझ्यासाठी खोळंबल्यात बिचाऱ्या."

आईची परवानगी मिळताच शमी आनंदानं मैत्रिणींसोबत घराबाहेर पडली. सुखदाच्या घरी सगळ्याजणी जमल्या. तिथे परस्पर मेघना, ऐश्वर्या, सुचिता येऊन बसल्याच होत्या. मग सगळ्यांची अंगतपंगत सुखदाच्या घरासमोरील अंगणातच बसली. सुखदाच्या बैठ्या घरासमोर सुदैवानं ऐसपैस अंगण होतं.

म्हणून तिच्याच घरी जमायचा सर्वांनी बेत केला होता. अंगणात चटया अंथरल्या गेल्या.

सगळ्या जणी चटयांवर ठाण मांडून बसल्या. त्यांचा किलबिलाट एका क्षणात सुरू झाला. शमीला काहीतरी आठवलं. ती लगेच म्हणाली,'' ए, चला. गप्पा नंतर. आता खेळाला सुरुवात करूया. कोणता खेळ? नियम काय? कसा खेळायचा? ते सारं सांगते; पण त्यात जास्त वेळ नको घालवायला. म्हणतात ना, नमनाला घडाभर तेल नको.''

सुखदा लगेच हसली. शमी म्हणाली, ''आता हसायला काय झालं तुला?''

सुखदा म्हणाली,''अगं, तू डिट्टो तुझ्या आईसारखंच बोलतेस.''

शमी म्हणाली, ''म्हणजे कशी गं?''

सुखदा म्हणाली, ''अगं, म्हणजे, तूसुद्धा बोलताना तुझ्या आईसारख्याच म्हणी वापरतेस.''

शमी हसतच म्हणाली,''अय्या, चला, मला आता यावरूनच एक नवा खेळ सुचलाय. आपण प्रत्येकीनंच आपल्यावर राज्य येताच एक एक म्हण सांगायची आणि तिचा अर्थसुद्धा.''

ऐश्वर्या म्हणाली, ''सोप्पाय खेळ. चालेल. चला खेळूया.''

शमी म्हणाली,''खेळाचे नियम साधे सोप्पे. म्हण आणि तिचा अर्थ सांगायचा; पण इथे कुठलीही म्हण सांगून चालणार नाही बरं का! जिच्यामध्ये संख्यांचा वापर केलाय तीच म्हण सांगायची. चालेल?''

अनन्या म्हणाली,'' हो, हो, चालेल.''

कृतिका म्हणाली,''प्रयत्न तर करूया, नवा खेळ आहे, चुकतमाकत खेळूया, शिकूया.''

शमी म्हणाली, ''चला तर मग, ऐश्वर्या, तुझ्यापासूनच सुरुवात करूया. सांग एक म्हण आणि तिचा अर्थ.''

ऐश्वर्या म्हणाली, ''कुठेही जा, पळसाला पानं तीनच. म्हणजेच सगळीकडे परिस्थिती सारखीच.''

शमी म्हणाली,''अगदी बरोब्बर. यात तीन ही संख्याही आलीय आणि अर्थसुद्धा तू बरोबर सांगितलास. आता माझ्यावर राज्य ना? चला मी सांगते, 'चार दिवस सासूचे, चार दिवस सुनेचे.' या म्हणीचा अर्थ आहे प्रत्येकाला अधिकार गाजविण्याची संधी मिळतेच.''

सुखदा म्हणाली,''व्वा! छानच की! आता सुचिता तुझी पाळी.''

सुचिता थोडी विचारात पडली. मग आठवून काही वेळानं म्हणाली, ''झाकली

मूठ सव्वा लाखाची. म्हणजे आपले अवगुण झाकावेत; ते उघड करू नयेत.''

शमी म्हणाली,''व्वा गं! अगदी बरोबर सांगितलंस. आता कृतिका तुझा नंबर. चल, तू सांग एक म्हण.''

कृतिका पट्कन म्हणाली,''चौदावे रत्न दाखवणे. म्हणजेच खूप मार देणे.''

अनन्या लगेच म्हणाली,''ए...ए चुकलं चुकलं, यात संख्या आहे; पण ही काही म्हण नाही. हा तर वाक्प्रचार आहे. हरलीस तू.''

कृतिका पट्कन म्हणाली,''ओके, ओके! 'पाचामुखी परमेश्वर' ही तरी म्हण आहे ना? या म्हणीचा अर्थ सर्व लोक बोलतात ते खरे मानावे.''

अनन्या म्हणाली,''हो, ही म्हण आहे. यात संख्याही आहे; पण आता तुझी एक संधी हुकली. तुझ्यावर एक हंडी चढली. आता मेघना, तू सांग.''

मेघना म्हणाली,''पाचही बोटे सारखी नसतात. म्हणजे सर्व माणसे सारख्या स्वभावाची नसतात.''

शमी म्हणाली,''अगदी बरोबर!

आपला खेळ मस्तच रंगत चाललाय. आता अनन्या तुझा नंबर.''

अनन्या म्हणाली, ''दुष्काळात तेरावा महिना. म्हणजेच आधीच्याच संकटात आणखी भर पडणे.''

शमी म्हणाली, ''अरे व्वा, मस्तच की! आता सुखदा तुझी पाळी.''

सुखदाला जिच्यात संख्या आहे अशी एकही म्हण पट्कन आठवेना. शर्वरी लगेच तिला म्हणाली, ''हरलीस का? मी सांगू ?''

सुखदा पट्कन म्हणाली,''नाही हं, सांगते. जरा थांब. आठवली... आठवली. 'नव्याचे नऊ दिवस.' म्हणजेच एखादी गोष्ट नवी तोपर्यंत त्याचे कौतुक वाटते.''

शमी म्हणाली, ''छानच! आता शर्वरीची पाळी.''

शर्वरी म्हणाली ,''थापाड्याच्या घरी बारा औतं, बघायला गेलं तर एकही नव्हतं.' याचा अर्थ थापाडा मनुष्य खोटं बोलतो.'' शर्वरीच्या या म्हणीवर सारेच खळखळून हसले.

शमी हसत हसत म्हणाली, ''बरंय बाई, आपल्यात कुणी थापाडं नाही, आपण सारेच गप्पाडे आहोत.'' यावर पुन्हा सारे खो खो हसले.

शमी काहीतरी आठवून म्हणाली, ''ए मी तुम्हाला ना, एका थापाड्या दामूची गंमत सांगते हां...

बोलघेवडा दामू , भलत्याच बाता मारी
त्याच्या बाता ऐकून, वैताग यायचा भारी

एकदा म्हणाला गावच्या, नदीला आला पूर
पॅराशूट घालून म्हणाला, उडून गेलो दूर

उडत उडत ताडोबाच्या, जंगलात म्हणाला गेलो
तिथल्या वाघांसोबत, जरा पत्ते खेळून आलो

रात्री आकाशात म्हणाला, चंद्राला आलो भेटून
चांदण्या आणून खिशात, दिल्या मुलांना वाटून

घराच्या वाटेवर म्हणाला, राक्षस भेटला मला
पॅराशूटची गंमत दाखवून, हसवले मी त्याला

दामू अशा रोज रोज, खूप मारायचा थापा
संपत नव्हत्या त्याच्या, लंब्याचवड्या गप्पा

दामू समोर येताच आता, माणसं जातात दूर
म्हणतात याच्या थापांना, येईल नाहीतर पूर

...थापाड्या दामूची काव्यकथा आवडली साऱ्यांनाच.

एक फेरी संपून आता खेळाची पुढची फेरी सुरू झाली.

खेळाला खरोखरच चांगलाच रंग चढत गेला. भोळचे देव सोळा, साठी बुद्धी नाठी, देणाऱ्याचे हात हजार, दमडीचा सौदा अन् येरझारा चौदा, दहा गेले अन् पाच उरले, एक गाव बारा भानगडी, एक पाय तळ्यात अन् एक पाय मळ्यात, पै दक्षिणा लक्ष प्रदक्षिणा, माझे तेच बरे, सोळा आणे खरे ... बाप रे! खेळता खेळता संख्या असलेल्या म्हणींचीच केवढी मोठ्ठी यादी झाली. खेळता खेळता वेळ सशासारखा पळत होता. पाच कधी वाजले कुणालाच कळलं नाही. सुखदाच्या आईने वर्दी दिली. म्हणाली, ''अगं मुलींनो, ते फ्रिज मधलं गारेगार आइस्क्रीम सारखं हाका मारतंय तुम्हाला.'' यावर सगळ्याचजणी हसल्या.

आता भेळ आणि आइस्क्रीम. खादूगिरीचा कार्यक्रम. पेटपूजा म्हटल्यावर साऱ्याच जणी लागल्या भेळ बनवायला. भेळ बनवता बनवता गप्पा, हसू आणि भेळेचा चवदार वास अंगणभर केव्हाच पसरला होता. सुखदाची आई मुलींचा हा उत्साह पाहण्यात दंग झाली होती.

■

मदतीचा चिमुकला हात

शमी रस्त्यानं झपझप पावलं टाकत आज घाईनंच शाळेच्या वाटेनं निघाली होती. मैत्रिणींचा रोजचा घोळका आज तिच्यासोबत नव्हता; कारण घरातून निघतानाच तिला आज भलताच उशीर झाला होता. घर ते शाळा तसं पाहायला गेलं तर दहा-बारा मिनिटांचं अंतर. मैत्रिणींसोबत हे अंतर चालताना वेळ कसा जायचा, हे शमीला कळायचंसुद्धा नाही. शिवाय पाठीवर असलेल्या दप्तराचं ओझं तसं फारसं नसायचंच; कारण शाळेतच लागणाऱ्या बराचश्या वह्या, पुस्तकं, प्रकल्प, उपक्रम शाळेतच ठेवून घेतले जात होते. दप्तराचं ओझं नसल्यानं शाळेची वाट रमतगमत मैत्रिणींसोबत चालताना थकवा नसायचाच थोडासुद्धा.

पण, आज शमी एकटीच वाटेनं चालत होती. बोलायला सोबत कुणीच नसल्यानं तिला रोजचीच वाट उगाचंच मोठ्ठी... लांब वाटत होती. चालून-चालूनसुद्धा वाट लवकर संपतच नाही, असा विचार तिच्या मनात आला. चालता चालता तिची नजर सहज रस्त्याच्या डाव्या बाजूला नव्यानंच बांधलेल्या पत्र्याच्या शेडकडे गेली. कुणीतरी निवाऱ्याची सोय केली होती तिथं. त्याच्यासाठी हे खोपटं हेच घर. आणि तेवढ्यात शमीनं तिच्याच वयाची एक मुलगी त्या घरातून बाहेर आलेली पाहिली. ती मुलगी बाहेर येऊन फणीनं केसांचा गुंता काढत एका दगडावर बसली. शमीला वाटलं, ही मुलगी शाळेत जात असेल का? हिची कोणती शाळा असेल? हिची भाषा कोणती असेल? कुठून आलं असेल हे कुटुंब? केवढे प्रश्न पडले तिला. त्या मुलीचाच विचार करता करता एकदाची पोहोचली ती शाळेत.

शाळा सुटल्यावर घरी येताना वाटेत पुन्हा तीच मुलगी शमीला दिसली. एकटीच चप्पी टाकून लंगडी खेळताना. उड्या मारताना तिची लांब वेणीही छान मानेवर उड्या मारायची.

तीन-चार दिवसांत येता-जाता त्या मुलीला पाहताना, नजरानजर झाल्यावर स्माइल देताना शमीला ती मुलगी खूप ओळखीची वाटायला लागली. एकदा सोबत मैत्रिणी नसताना शमीनं त्या मुलीला रस्त्यावर लंगडी खेळताना पाहिलं. शमी थांबली. ती मुलगीही

शमीकडे हसत पाहून खेळायची थांबली. शमी त्या मुलीच्या जवळ गेली. हसून म्हणाली, ''छान लंगडी घालतेस. काय नाव तुझं?''

शमीला वाटलं हिला मराठी कळेल ना? पण ती मुलगी हसून पटकन हेल काढत म्हणाली, ''माझं नाव हाय शीता!''

शमी म्हणाली, ''माझं नाव शमिता.''

ती मुलगी म्हणाली, ''बेस हाय नाव तुझं.''

मग शमीनं बऱ्याच गप्पा मारल्या तिच्याशी. सीताही मोकळेपणानं बोलली तिच्याशी. सीताच्या आई-वडिलांनी गडचिरोलीला त्यांच्या गावी पाऊसपाणी नसल्यामुळे पोट भरण्यासाठी शहराकडे धाव घेतली होती. नवीन बिल्डिंग बांधण्याच्या कामासाठी ते इथे वस्ती करून होते. इथे गावच्यापेक्षा चांगला रोजगार मिळतो त्यांना; पण इकडे शहराकडे आल्यावर मात्र सीताची शाळा मध्येच सुटली होती.

नंतर एके दिवशी शमीनं शाळेतून घरी येताना सीताला विचारलं, ''तू आमच्या शाळेत शिकायला येतेस का? घरी नुसतं खेळत बसण्यापेक्षा शाळेत तुझा अभ्यासही होईल आणि आमच्या शाळेत लंगडीचा संघ आहे. तुझ्या लंगडीचा शाळेच्या लंगडी संघासाठी, स्पर्धांसाठी छान उपयोगही होईल.''

सीतानं आधी 'नको नको' म्हणून खूप आढेवेढे घेतले; पण शमीनं खूप समजावल्यावर मग शेवटी ती म्हणाली, ''आईला-बापाला विचारावं लागंल.''

शमी म्हणाली, ''आज संध्याकाळी तुझे आई-बाबा असतील ना घरी? मी येते माझ्या बाबांसोबत. त्या वेळी बोलू तुझ्या वडिलांशी. तुला चालेल ना?''

ती म्हणाली, ''व्हय चालंल, या की..!''

शमी घरी आली. सारी हकिगत आई-बाबांना सांगितली.

आई म्हणाली, ''शमे, आपल्या माणसांच्या भल्यासाठी सारेच धडपडतात; पण ही कुणाची कुठली पोर; पण या मुलीनं शाळा शिकावी यासाठीची तुझी धडपड पाहून मला खूप आनंद झाला बाळा. गुणाची माझी शमू.''

संध्याकाळी खरंच शमी वडिलांना घेऊन सीताच्या रस्त्यावरील घरी गेली. सीताचे वडील कामावरून नुकतेच घरी आले होते आणि तिची आई चुलीवर स्वयंपाक करीत होती. धुरानं ते छोटंसं खोपटं भरून गेलं होतं. अचानक अनोळखी गृहस्थाला दारात पाहिल्याबरोबर तिचे वडील एकदम गोंधळले; पण सीतानं तिच्या आईला शमीबद्दल सारं सांगितलं होतं. ती आज संध्याकाळी तिच्या बाबांना घेऊन येणार, हेही सांगितलं होतं. भाकरी थापताथापताच आई थांबली. पट्कन उठून हात धुतला. डोक्यावर पदर घेत ती पुढं आली. सीताच्या वडिलांना सारी हकिगत तिनं सांगितली. सीताच्या वडिलांनी शमीच्या बाबांना नमस्कार केला.

शमीचे बाबा सीताच्या वडिलांना म्हणाले, ''मुलीला का नाही पाठवत शाळेत? तुम्ही कामावर असता. ती घरी एकटीच असते. तिला शाळेत पाठवा.''

सीताचे वडील म्हणाले, ''परवापासून ती घरी एकटी न्हाय राहणार, साहेब. उलट आमच्याबरोबर येईल कामावर. कामावरचा मुकादम म्हणलाय, 'आन तुझ्या लेकीला. तिला जमंल असं दिऊ काम.''

शमीचे बाबा म्हणाले, ''अहो, एवढ्या छोट्या मुलीला शाळेत पाठवायचं सोडून कामाला कुठं पाठवताय? शिकू द्या तिला. आणि लहान मुलांना कामावर ठेवणं, हा कायद्याने गुन्हा आहे, हे माहीत आहे का तुम्हाला? इथे रस्त्यावर घर तुमचं. तुम्ही कामावर गेल्यावर ती एकटीच घरी. इथल्यापेक्षा ती शाळेत जास्त सुरक्षित असेल आणि शाळेच्या खर्चाची नका काळजी करू तुम्ही. आम्ही बघू.'' हे सारं ऐकून सीताच्या आईचे डोळे भरून आले. आपल्या मुलीची अर्धवट सुटलेली शाळा आता पुन्हा सुरू होईल, या विचारानं तिचा जीव हरखला. शमीच्या बाबांनी बराच वेळ सीताच्या शिक्षणाचं महत्त्व पटवून दिल्यावर शेवटी सीताचे वडीलही सीताला शमीसोबत शाळेत धाडायला तयार झाले.

दुसऱ्या दिवशी शमी शाळेसाठी नेहमीपेक्षा लवकरच घराबाहेर पडली. आज शाळेत ती सीतालाही घेऊन जाणार होती. ती सीता राहत होती त्या ठिकाणी आली; पण तिचा हिरमोड झाला; कारण तिथे तर त्या जागेवर आता घर नव्हतंच. ती जागा रिकामीच होती. तिला वाटलं, शाळेमुळे तिचे वडील सीताला घेऊन हे घर सोडून रातोरात निघून गेले की काय! वाईट वाटलं तिला. निराश होऊनच ती शाळेची वाट चालू लागली. शाळेच्या गेटवर येताच गेटच्या एका बाजूला पाठमोरी उभी असलेली एक मुलगी तिला दिसली. रंगीत फ्रॉक घातलेला. तिच्या लांबलचक वेणीकडे नजर जाताच तिनं बरोबर ओळखलं, ही सीताच असणार. ती धावतच तिच्याजवळ गेली. सीताच होती ती.

तिचा हात हातात घेत शमी पटकन म्हणाली, ''किती शोधलं तुला. कुठे गेली होतीस?''

सीता निरागसपणे म्हणाली, ''म्युनिसिपालिटीवाल्यांनी हाकललं आम्हाला तिथून. आमचं रस्त्यावरचं घरही तोडून मोडून टाकलं त्यांनी. सध्या बाबांच्या मुकादमांनी जिथं बिल्डिंगचं काम सुरू हाय ना, तिथंच आमची राहायची सोय केलीय सध्याच्याला. तुझी साळा आणि तुझी साळेची येळ माहीत व्हती मला, म्हणून इथं येऊन तुझी वाट बघत बसले.''

शमी पट्कन म्हणाली, ''अस्सं झालं होय...! अगं, मला कसं कळणार? मला आपलं वाटलं शाळेच्या भीतीनं तुम्ही घरच सोडलं की काय? पण बरं झालं तू इथं आलीस. चल आता आत. आमच्या शाळेच्या मुख्याध्यापिका गुप्तेबाईंना भेटू.'' सीताचा हात धरून शमीनं हेडबाईंची केबिन गाठली. सीताची सर्व कहाणी हेडबाईंना सांगितली. हेडबाईंनी आर.टी.ई.च्या नियमानुसार सीताला वयानुरूप प्रवेश दिला. आणखी काही कागदपत्रांची पूर्तता करण्यासाठी 'तुझ्या बाबांना घेऊन ये शाळेत' असंही सीताला सांगितलं. सीता आता शाळेत येणार या विचारानं सीतापेक्षा शमीलाच अधिक आनंद झाला. शमीच्याच वर्गात सीताला प्रवेश मिळाल्यावर तर शमीनं आनंदानं टाळ्याच वाजवल्या.

संध्याकाळी घरी आल्यावर आई, बाबा आणि दादाला शाळेत घडलेला सारा प्रकार तिनं काव्यमय भाषेत रसभरित वर्णन करून सांगितला. म्हणाली,

''शमिता चालली होती शाळेत
वाटेत भेटली सीता खेळत

सीता शाळेत जात नाही
नुसती दिवसभर खेळत राही

शमिताच्या मनात विचार आला
घेऊन गेली शाळेत सीताला

शाळेत जाऊन बाईंना भेटली
सीताची हकिगत कथन केली

बाईंनी सीताला घेतलं जवळ
सीताला बोलायला आलं बळ

बाई म्हणाल्या 'शाब्बास शमिता,
तुझ्यामुळे शाळेत आलीय सीता'

शमिता - सीता खळखळून हसल्या
वर्गात जाऊन एका बाकावर बसल्या

बोलकी शमिता, हसरी सीता
दोघींची गट्टी, जमली आता

...सर्वांनीच टाळ्या वाजवल्या. सीताचा शाळेत प्रवेश झाला, याचा शमीला झालेला अपार आनंद तिच्या चेहऱ्यावरून आणि तिच्या कवितेतून छान झळकत होता.

स्वातंत्र्याचे मोल

उन्हाळ्याच्या सुट्टीत बाळू, शमी मामाच्या गावी छान रमून गेले होते. कधी मामाच्या मुलांसोबत ते सकाळीच गावचा डोंगर धावत जाऊन चढायचे. कधी दुपारी झाडाच्या फांदीवर झोपाळा बांधून उंचच्या उंच झोके घ्यायचे. तर कधी झाडाच्या सावलीतच नवा खेळ मांडून तास न् तास खेळत बसायचे. त्यांचा इथला प्रत्येक दिवस उत्साहाने उगवायचा आणि बिछान्यात गप्पागोष्टी करत करत मस्तपणे मावळायचा.

मामाच्या गावच्या शिवेवरच भलंमोठ्ठं वडाचं झाड होतं. त्या वडाच्या झाडाच्या बाजूलाच शंकराचं एक पुरातन देऊळ होतं. गावातले लोक सोमवारी हमखास

देवळात बेल-भंडारा वाहायला यायचे. देवाला नारळ अर्पण करायचे. गावातली बरीचशी मुलंही नेमकी सोमवारीच तिथल्या वडाच्या झाडावर सूरपारंब्या खेळायला यायची; कारण खेळल्यानंतर त्यांना देवळात हमखास प्यायला थंडगार पाणी आणि खायला साखर-खोबऱ्याची खिरापत मिळायची.

आजही सोमवारचा दिवस होता. मामाची मुलं आणि बाळू, शमी सगळी गँग मामा-मामीला सांगून सकाळीच गावच्या वेशीजवळ असलेल्या वडाच्या झाडाकडे सूरपारंब्या खेळायला निघाली. त्या वडाच्या झाडाजवळ असलेल्या देवळाजवळच्या परिसरात भाविकांबरोबरच, त्यांची मुलंबाळं, हारफुलंवाले, नारळ, प्रसादाचे पेढे विकणारे, मुलांसाठी खेळणी, गारीगार विकणारे.... केवढी गर्दी व्हायची; पण आजच्या या गर्दीत एक वेगळाच माणूस सगळ्यांचं लक्ष

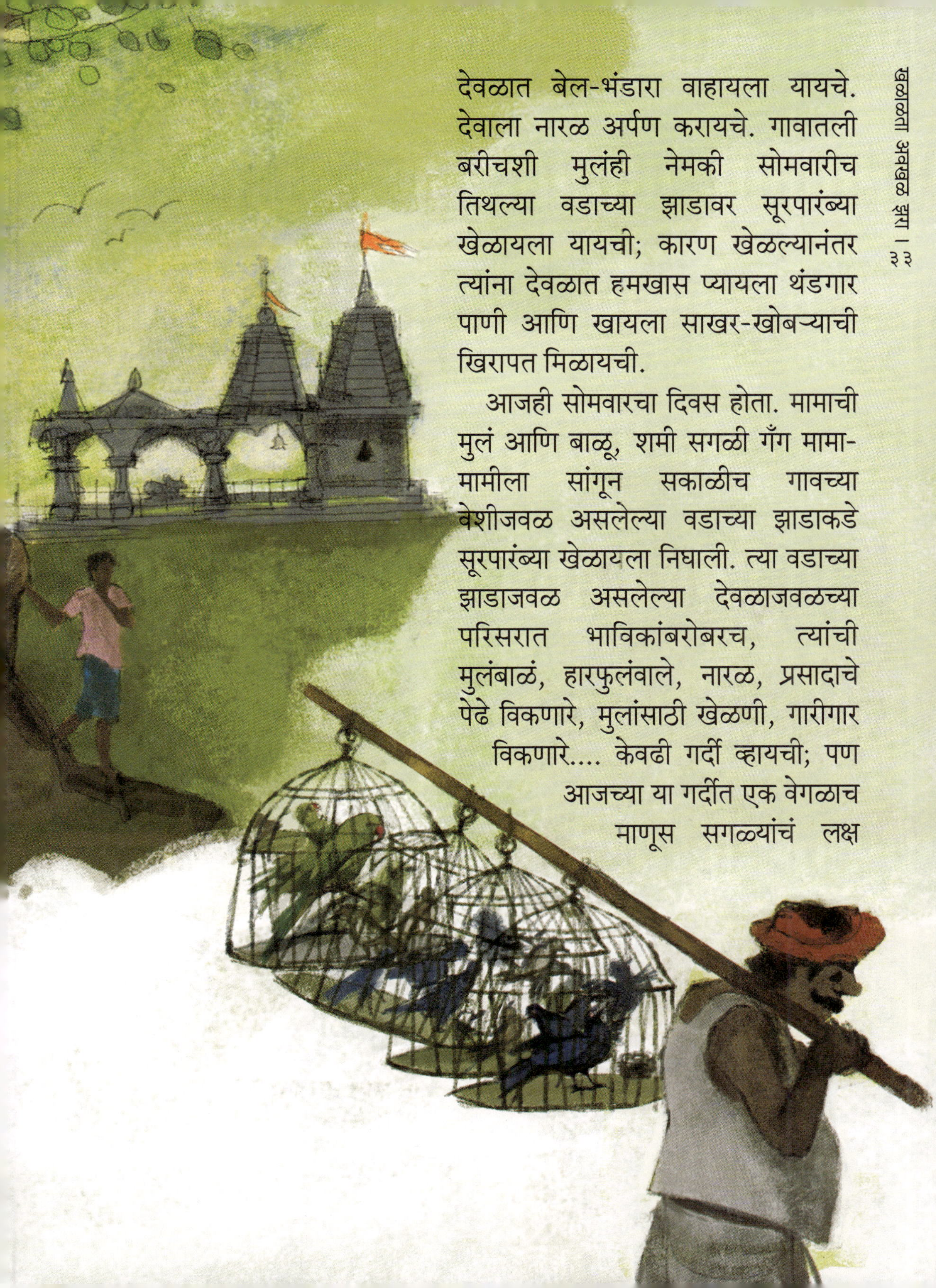

वेधून घेत होता. त्याच्याकडे विकायला हारतुरे नव्हते की मुलांसाठी खेळणी नव्हती; पण मुलं मात्र त्याच्याजवळ गर्दी करून उभी होती; कारण त्याच्याकडे नाना रंगांचे, लहान-मोठ्या आकाराचे आणि विविध प्रकारचे पक्षी होते विकायला. पक्ष्यांसाठी त्याच्याकडे मोठ्ठाले चार पिंजरे होते. हा पक्षी विकणारा दणकट शरीरयष्टीचा आणि उन्हाने रापलेल्या चेहऱ्याचा दिसत होता. खेळून देवळाकडे येण्यासाठी निघालेल्या बाळूचं लक्ष अचानक त्या पक्षी विकणाऱ्याच्या पिंजऱ्याकडे गेलं. नाना रंगांचे पक्षी पाहून बाळू एकदम हरखला; पण दुसऱ्याच क्षणी त्या पक्ष्यांना पिंजऱ्यात डांबलेलं पाहून तो हळहळला. सोबतची मुले प्रसादासाठी देवळात शिरली; पण बाळूची पावलं मात्र तिथेच थबकली. मग मनाशी काही पक्के करून तो त्या पिंजऱ्याकडे आला. त्या पक्षी विकणाऱ्याच्या जवळ जाताच पक्ष्यांचा किलबिलाट एकदम वाढलाय, असं बाळूला वाटलं. जणू हे पिंजऱ्यातील पक्षी बाळूला सांगत होते की, 'आम्हाला या माणसाच्या तावडीतून सोडव रे बाळू...'

"ये पोरा, कोणतं पाखरू देऊ रे तुला? पोपट देऊ की, कोकीळ? की हा पारवा देऊ? असं कर, तू ही चिमणीच ने, अवघी वीस रुपयाला. बोल चटचट. धंद्याची खोटी नको करूस."

पक्षी पाहण्यात गुंग झालेला बाळू त्या माणसाच्या आवाजाने

भानावर आला. त्या माणसाला म्हणाला, ''तुम्ही तब्येतीने केवढे मजबूत दिसता; मग तुम्ही दुसरं काम का करीत नाही? पक्षी विकण्याचं काम सोडून द्या. त्या पक्ष्यांना नका पिंजऱ्यात डांबून ठेवू. त्या निष्पाप जीवांना फिरू द्या मुक्तपणे.'' बाळू पोटतिडकीनं बोलत होता.

पक्षी विकणारा रागानेच त्याला हुसकावून लावत म्हणाला, ''चल पळ इथून. बराच हुशार दिसतोस की; पण तुझी हुशारी तुझ्याजवळच ठेव. मी काय करायचं आणि काय नाय हे माझं मी पाहून घेईन. तू गुमान इथून आता सुटायचं. न्हायतर माझ्याइतकं वाईट कोण नाय बघ.''

बाळूला त्या माणसाने अक्षरशः हाकलून लावलं. बाळू तिथून निघून गेला. देवळातली त्याची मित्रमंडळी प्रसाद घेऊन बाहेर आली. बाळूजवळ पोचली. बाळूने घडलेली घटना मित्रांना सांगितली. त्यांनी मग त्या पक्षी विकणाऱ्याचं घर शोधून काढण्याचा निर्णय घेतला. गर्दी कमी झाली तसा पक्षी विकणारा खांद्यावरील दांडीवर पिंजरे लटकवून घराकडे निघाला. दबा धरून बसलेले बाळू व त्याचं मित्रमंडळ अंतर राखून त्या पक्षी विकणाऱ्याच्या मागे मागे हळूहळू जाऊ लागलं. गावाबाहेर दूरवर एक जंगल होतं. तो माणूस जंगलाच्या दिशेने निघाला. मग मुलंही सावधपणे त्याच्या मागोमाग निघाली. तो माणूस जंगलात शिरला. मुलंही जंगलात शिरली. जंगलात एक खोपटं लागलं. त्या खोपटाच्या बाजूलाच आंब्याचं एक मोठ्ठं झाड होतं. त्या झाडाच्या फांद्यांना त्या माणसाने सगळे पिंजरे लटकवले. पक्ष्यांच्या आवाजाने एक लहान मुलगा आणि एक बाई खोपटाबाहेर आली. तो मुलगा त्या माणसाला येऊन बिलगला. मुलाच्या हातात त्याने खिशातला खाऊ ठेवला. मग तो माणूस त्या बाईला म्हणाला, ''आज एका पोट्ट्यानं फार डोकं उठवलं बघ पारू. द्या म्हणाला सगळी पाखरं सोडून. दुसरा धंदा करा म्हणतोय मला. त्याच्या किरकिरीमुळे आज धंदापाणीबी काय झाला नाय.'' झाडाआड लपून बाळू हे सारे ऐकत होता. बाळूचे मित्र बरेच लांब लपून बसले होते. बाळूला समजले याच जंगलातून हा पारधी पक्षी पकडत असणार आणि ते विकून घर चालवत असणार. बाळूच्या डोक्यात एक भन्नाट आयडिया आली. जंगलातले पक्षी जंगलातच गेले पाहिजेत; पिंजऱ्यात कशाला? पिंजऱ्यात जसा आपला जीव गुदमरतो तसाच त्यांचाही. स्वातंत्र्यात जगणे हा त्यांचाही हक्कच. तो हिरावून घेण्याचा आपल्याला काय अधिकार? ...शेवटी तो माणूस जेवण

करायला घरात शिरला. मग बाळूने मित्रांना लांबच थांबण्याचा इशारा केला आणि तो पावलांचा आवाज न करता हळूहळू पिंजरे लटकवलेल्या झाडाकडे गेला. मग सरसर झाडावर चढून त्याने पटापट सर्व पिंजऱ्यांची दारं उघडली. आणि मग काय आश्चर्य, सगळी पाखरं पंखांचा फडफडाट करत पिंजऱ्यातून बाहेर पडली. बाळू ते पाहून आनंदला. मग भरभर खाली उतरला. त्या माणसाचा लहान मुलगा अंगणातच खेळत होता. आकाशाकडे झेपावणाऱ्या पाखरांच्या थव्याकडे पाहून तो मुलगाही आनंदित झाला. जोरजोरात तो टाळ्या वाजवू लागला. पाखरांच्या आवाजाने तो माणूस खोपटातून बाहेर आला. रिकामे पिंजरे पाहून तो हवालदिल झाला. त्याने बाळूला लांबूनही ओळखलं. बाळू जिवाच्या आकांताने मग पळत सुटला आणि तो माणूस बाळूच्या मागे दातओठ खाऊन पळायला लागला. बाळूचे मित्रही जीव मुठीत घेऊन पळत सुटले होते. बाळू गावच्या वेशीपर्यंत आला आणि एकाएकी पळायचा थांबला. बाळू तसा घाबरणारा नव्हताच मुळी. त्या माणसाच्या मानाने त्याची ताकद कमी जरी असली तरी तो बुद्धिमान होता. गावच्या वेशीजवळ माणसांची वर्दळ असणार हे त्याला माहीत होतं. त्या माणसाने धावत येऊन मागून बाळूची मानगूट पकडली. बाळूने त्याच्या हाताला जोरानेच हिसका देऊन ती सोडवली.

तो त्या माणसाला म्हणाला,“ रागवू नका. मी तुमचं झालेलं सगळं नुकसान भरून देतो. चला माझ्यासोबत. मी तुम्हाला फसवणार नाही. विश्वास ठेवा. जवळच माझ्या मामाचं घर आहे. चला तिथे. तुमचे सगळे पैसे चुकते करतो.”

एव्हाना बाळूचं मित्रमंडळही तिथे पोहचलं होतं. भोवतीची गर्दीही वाढत चालली होती. त्या माणसाला काय वाटलं कुणास ठाऊक; तो दटावूनच बाळूला म्हणाला,“चल दाखव तुझ्या मामाचं घर. माझे पैसे नाही मिळू दे, मग बघतो तुझ्याकडं.” बाळू पुढे, तो माणूस बाळूच्या मागे आणि त्या माणसाच्या मागे बाळूचे मित्रमंडळ. एकामागोमाग एक निघाले सारे. बाळू मामाच्या घरी पोहचला. मामा दारातच होता. नेमका आज घरी लवकर आला होता. मामाला पाहून बाळूला हायसं वाटलं.

मामाने बाळूला विचारलं, “झाल्या का सूरपारंब्या खेळून? भुका लागल्या

असतील. आणि हे गृहस्थ कोण आहेत सोबत?''

तो माणूस बाळूकडे बोट करून म्हणाला,''या मुलानं माझी सगळी पाखरं पिंजऱ्यातून हुसकावून दिली बघा. मोठं नुकसान केलंय माझं. अहो, हातावरचं पोट आमचं. जंगलात जाऊन पाखरं पकडायची आणि ती विकायची, हा पिढीजात धंदा आमचा.''

...बाळूने मग मामाला घडलेला इतिहास नीट सविस्तर समजावून सांगितला. आपणच यांच्या पिंजऱ्यातील सर्व पाखरांना मुक्त केलं, हेही त्याने कबूल केलं. मामाला सारं काही कळालं.

मामा त्या माणसाला प्रेमाने म्हणाला,''देतो तुमचे पैसे मी. नका काळजी करू. या, घरात या. आधी चहापाणी घ्या.''

मामाच्या प्रेमळ शब्दांनी तर जादूच केली. त्या माणसाचा राग कुठल्या कुठे पळाला. तो म्हणाला, ''नको नको, इथं हाय मी, ते बेस हाय.''

मामा आग्रह करत पुन्हा म्हणाला ''अहो, चला हो. चहाला असा कितीसा वेळ लागेल? माझ्या बायकोने चहाला आधण ठेवलंसुद्धा.''

तो माणूस आता नाइलाजानेच घरात आला. पाठोपाठ मुलंही हात-पाय-तोंड धुऊन घरात शिरली.

मामाने विचारलं, ''किती नुकसान झालंय तुमचं?''

तो माणूस लगेच म्हणाला,...''माझी सगळी पाखरं अडीच हजारांची तरी असतील बघा; पण तुम्ही भली माणसं आहात. मला दोन हजार दिले तरी चालतील.''

मामाने त्याला अडीच हजार दिले. म्हणाला, ''राहू द्या. ठेवा तुमच्याकडं. घरी कोण कोण असतं तुमच्या? कुठं राहता?''

तो माणूस त्याची कहाणी सांगायला लागला, ''राहायला घर न्हाय. कसायला शेती न्हाय. गावाबाहेरच्या जंगलातच एका खोपटात बायको-मुलासह राहतो बघा. जंगलातली कंदमुळं गोळा करतो. पाखरं पकडतो आणि ती विकतो. त्यातून जे चार पैसे मिळतात, त्यावरच घरची गुजरान करतो.''

बाळू पट्कन मध्येच म्हणाला,''मी एक बोलू का?

'जर माणसाला स्वतःला, स्वतंत्रता हवी मग पक्षी-प्राण्यांना, का तो पिंजऱ्यात ठेवी?'

...कृपा करून सांगतो, तुम्ही पाखरांना पकडून विकू नका. त्यांनाही स्वतःचं अस्तित्व आहे. आपण जगूया, त्यांनाही जगवूया. पक्षी-प्राण्यांना पकडून त्यांचा व्यवसाय करणं, हा तर कायद्यानं गुन्हा

आहे. तुम्ही दुसरा कोणताही व्यवसाय करा.''

हे सारं ऐकून तो माणूस अगतिकपणे म्हणाला,''दुसरा कोणता उद्योग करू? इथं हात आहेत; पण हाताला कुणी काम देत नाही, अशी अवस्था झालीय माझी.''

मामा पट्कन म्हणाला, ''मी देतो काम. कराल माझ्या शेतात कष्ट? शेताजवळ माझं दुसरं घर आहे, तिथं राहा तुम्ही खुशाल तुमच्या कुटुंबासह. शेती कसा. मी आहेच की तुमच्या मदतीला. तुमच्या मुलाला शाळेत पाठवा. तोही आमच्या बाळूसारखा शाळा शिकून हुशार होईल.''

तो माणूस पट्कन बसल्या जागेवरून उठला आणि त्याने मामाचे पाय धरले. ''लय उपकार झाले बघा. डोक्यावर छप्पर, अंगभर कपडालत्ता आणि पोटाला दोन घास मिळाले तर जगायला दुसरं आणखी काय लागतंय? आणि माझ्या मुलाला शिक्षण मिळालं तर त्याची तरी जिंदगानी सुधारंल.''

मामा म्हणाला,''अहो, माझे नका आभार मानू. या माझ्या भाच्याची सारी कमाल आहे. त्याच्यामुळेच आपली गाठभेट झाली.''

मामाने दिलेले अडीच हजार पुन्हा मामाकडेच देत तो माणूस म्हणाला, ''माझी चूक मला उमगली. पाखरांना या मुलानं सोडून दिलं. आता मी हे पैसे सोडून देतो. नकोत मला हे पैसे. काय रे पोरांनो, झाली ना फिट्टमफाट?''

आता सारं घरच हसरं झालं. मामी चहा आणि चहाबरोबर खायला ताटभर कुरमुऱ्याचा चिवडा घेऊन आली. पोरांनी लगेच बुचकुली भरून चिवडा तोंडात टाकला. त्या माणसाला तर त्या घट्टमुट्ट दुधाच्या चहाची चव अमृताहूनही गोड लागत होती.

■

भाषेची गोडी

मे महिन्याची आमच्या शाळेला मोठ्ठी सुट्टी पडली होती. त्यात आज रविवार... म्हणजे बाबांच्या ऑफिसलाही तशी आज सुट्टीच. मग अशा वेळी सुट्टीत मी, बाबा, आई आणि शमी आमच्या चौघांच्या गप्पांचा फड घरातल्या घरात चांगलाच जमत असे. त्यात कधी कधी शेजारच्या राधाआजी, पुढच्या कॉलनीतली शमीची वर्गमैत्रीण सायली आणि शेजारच्या कांबळे मास्तरांचा बाळूचा दोस्त प्रकाश.... यांचीही गप्पांत भर पडे आणि मग गप्पांना पाहता पाहता रंग चढत जाई. रविवारच्या दिवशी दुपारच्या जेवणात तर नेहमीच्या पदार्थांच्या जागी एखादा नवीन चटपटीत पदार्थ ताटात खायला हमखास असे. त्यामुळे दोन घास जास्तच जेवण जाई. बाबा म्हणतात, रात्री थोडं कमी जेवावं. दुपारचं भरपेट जेवण तसं कामात संध्याकाळपर्यंत जिरून जातं. मग आई दुपारच्या जेवणातच दर रविवारी नवा बेत करी. आई तिच्या पाककलेतून वेगवेगळे मेनू खास आमच्यासाठी घरीच करत असे. आई म्हणते, बाहेरचं उघड्यावरचं काही अरबट चरबट खाऊन तब्येत बिघडून घेण्यापेक्षा आपण ते पदार्थ घरीच करू. मला फक्त तुमची फर्माईश सांगा, की तुमची आवडती डिश झट की पट तयार! मागच्या रविवारी तिने कुळीथाच्या

पीठाचे नूडल्ससारखे शेंगुळे केले होते. एकदम भारी. जाम टेस्टी. अजूनही चव जिभेवर रेंगाळते आहे; पण आमच्या घरात आम्ही ठोकायच्या गप्पा आणि आईनं सांभाळायचं किचन, असं नाही बरं का! बाबांनी तर आधीच आईला सांगून टाकलंय, आमच्या गप्पांमध्ये तूही आम्हाला हवीच हवी. तुझ्या स्वयंपाकाच्या कामामध्ये मदतीला आहोत की आम्ही सारे. बाबांकडे तर बऱ्याचदा लसूण सोलण्याचंच काम असतं. बाबांच्या डाव्या हाताच्या अंगठ्याचं नख थोडं मोठं असल्यानं, त्या नखाच्या मदतीनं ते पटापट आठवड्याचा लसूण एकाच वेळी सोलून ठेवतात आणि एका दमात अख्खं घर झाडून लखलख करतात. मी आणि शमी आई सांगेल ती कामं मन लावून करतो. भाजी निवडून, खुडून, साफसूफ करून देण्याची किरकोळ कामंच बहुधा आमच्या वाट्याला येतात. आम्हा दोघांनाही ती कामं छान जमतात, असं आईचं मत. स्वयंपाक करता करता आई आमच्याशी गप्पा मारत कितीतरी नवीन गोष्टी नेहमी सांगते. मागे एकदा पुदिन्याची चटणी करताना पुदिन्याचे केवढे उपयोग सांगितले तिनं आम्हाला. म्हणाली, या पुदिन्याच्या ताज्या रसाच्या सेवनानं छातीत भरलेला कफ मोकळा होऊन दम्यामध्ये खूप आराम मिळतो बरं का! शिवाय पुदिना खाल्ल्यानं आपली पचनशक्ती चांगली सुधारते.

तेव्हा शमी लगेच म्हणाली, "आई, मग आपण पुदिना आपल्या गच्चीवरल्या शेतात लावू या का?"

आईनं पटकन होकार भरला. या सर्व गमतीजमती स्वयंपाक करता करता सुरू असतात. त्यामुळे स्वयंपाकखोलीत आमचाही वेळ छान जातो आणि तसं रविवार म्हटलं की, घरात ना आईला घाई, ना बाबांची ऑफिसची गडबड. सगळं कसं शांतपणे सुरू.

आजही रविवारची सकाळ शांत निवांतपणे सुरू होती. झालीच तर शमीचीच तेवढी मधूनमधून बडबड कानावर येई. सकाळची सर्वांचीच अंघोळ, चहापाणी, नाष्टा झाल्यावर पेपर वाचता वाचता बाबा मला म्हणाले, "बाळू, तू पाहिलंस या पेपरात पान पाचवर काय छापून आलंय ते?"

मी म्हणालो, "नाही वाचला पेपर अजून. काय आलंय बाबा पेपरात?" "अरे, 'माकडाच्या भुभुःकाराने लोकांची उडवली झोप'.... अशा मथळ्याची बातमी आलीय छापून. माकडाचा भुभुःकार... खूप दिवसांनी वाचला रे हा शब्द." शमी पटकन म्हणाली, "अय्या, कुत्रा भू भू करतो. माकडाचं मध्येच काय?"

मी लगेच म्हणालो, "शमे, तुझ्या वायफळ बडबडीचं इथं मध्येच कारण काय? अगं वेडाबाई, माकडं जो आवाज काढतात त्या आवाजाला ध्वनिदर्शक शब्द आहे भुभुःकार; म्हणजे माकडाच्या आवाजानं लोक बेजार झालेयत, असा त्याचा अर्थ. आता तरी कळलं का माझ्या आई?"

शमी तोंड वेंगाडत म्हणाली, "कळलं, कळलं बरं बृहस्पतीराव." "म्हणजे बाबा, जशी वाघाची डरकाळी आणि सिंहाची गर्जना तसंच माकडाचा भुभुःकार ना?" बाबा पटकन म्हणाले, "अगदी बरोबर बोललीस शमू, अगं या नाना तऱ्हेच्या प्राणी, पक्ष्यांच्या आवाजाला आपल्या मराठी भाषेत विविध ध्वनिदर्शक शब्द आहेत. आपल्या मराठी भाषेची ही शब्दसंपदा, आपल्या भाषेला समृद्ध करायला हातभारच लावते. हे शब्द, त्यांचे अर्थ आपण समजून-उमजून घेतले पाहिजेत. त्यांचा आपल्या रोजच्या बोलण्यात, लिखाणात वापर केला पाहिजे; म्हणजे आपली भाषा टिकवायला आपल्यापासूनच आपण सुरुवात केल्यासारखं होईल; हो की नाही?"

शमी हसून पटकन म्हणाली, "होय बाबा, खरंय तुमचं."

मला काहीतरी आठवलं. मी पटकन म्हणालो, "बाबा, एकच मिनिट थांबा हं."

आतल्या खोलीत जाऊन मी एक वही घेऊन आलो. शमीने वहीकडं पाहिलं तर लगेच मी वहीचा हात माझ्या मागे नेला. शमीनं वाकडं तोंड करून आपली नाराजी दाखवली. मी म्हणालो, "बाबा, मागच्या शाळेच्या हस्तलिखितासाठी या ध्वनिदर्शक शब्दांवरच मी एक मजेशीर कविता लिहिली होती. ती मला आता अचानक आठवली, तुमच्या या बोलण्यावरून. माझ्या कवितेच्या वहीत लिहून जपून ठेवलीय मी ती कविता. ऐकवू का तुम्हाला?"

बाबा हसत म्हणाले, "व्वा व्वा! नेकी और पूछ-पूछ! ऐकव ऐकव; पटकन ऐकव. मी आतुर आहे तुझी कविता ऐकायला."

शमी लगेच मला म्हणाली, "मीसुद्धा आतुरच आहे बरं तुझी कविता ऐकायला, कविवर्य; पण माझ्यापासून वही कशाला लपवतोस? ताकाला जायचं तर गाडगं लपवू नये!"

"हो गं, माझ्या आज्जीबाई!" मी वहीसकट दोन्ही हात जोडत शमीला म्हणालो. मग उत्साहानं बाबांकडे पाहिलं. म्हणालो, "बाबा, कवितेला करतो हां सुरुवात."

आईनं हे आतून ऐकलं. बाहेर येत ती म्हणाली," थांबा. थांबा. व्वा रे व्वा! मला एकटीला सोडून सुरू झाली ना तुमची मैफिल."

बाबा ओशाळत म्हणाले,"अगं, मैफिलीला सुरुवात आत्ता खरी होईल. बाळू चौकट पूर्ण. कर आता सुरुवात." मी जरा घशातून खरखर आवाज काढून आवाज मोकळा केला. शमी गालात हसली, हे मी पाहिलं. मी म्हणालो, "कवितेचं शीर्षक आहे...

ऐकूया चला

पक्ष्यांची किलबिल जेव्हा, झाडावर ऐकू आली
अनेक आवाज कवितेत, गुंफायला सुरुवात केली

कोकीळची कुहूकुहू, चिमणीची चिवचिव
खिडकीत ऐकू येते, कावळ्याची कावकाव

गाईचे हंबरणे, बैलाचे डुरकणे
गोठ्यात ऐकू येते, म्हशीचे रेकणे

मोराचा केकारव, हंसाचा कलरव
रानात ऐकू येतो, मधमाश्यांचा गुंजारव

कुत्र्याचे भुंकणे, कोंबड्याचे आरवणे
ऐकलेय मी गावी, बेडकाचे डरावणे

वाघाची डरकाळी, कोल्ह्याची कोल्हेकुई
सिंहाची गर्जना, जंगलात ऐकू येई

घोड्याचे खिंकाळणे, गाढवाचे ओरडणे
ऐकलेय मी खूपदा, हत्तीचे चीत्कारणे

घुबडाचा घुत्कार, सापाचा फुत्कार
ऐकायचाय एकदा, माकडाचा भुभुःकार

कबुतराचे गुटर्रघुम, मांजराचे म्यँव म्यँव
ध्वनिदर्शक शब्द सारे, ऐकूया चला राव

कविता वाचून झाल्याबरोबर टाळ्यांचा कडकडाट झाला. आई उत्स्फूर्तपणे म्हणाली, ''बाई गं, केवढे हे ध्वनिदर्शक शब्द आणि ते किती छान गुंफलेस तू या कवितेत, बाळू.''

बाबा मला जवळ बोलावून पाठीवर शाबासकी देत म्हणाले, ''वा रे माझ्या कविराजा. म्हणतात ना, 'जे न देखे रवी...''

शमी पटकन म्हणाली, ''वो देखे हमारा बाळू.''

तिच्या अशा बोलण्याने घरात एकच हशा पिकला. बाळूसकट खळखळून हसलं सारं घर.

श्रावणसरी आल्या घरी

श्रावण महिना नुकताच सुरू झाला होता. दुपारची साधारण चारची वेळ असेल. वातावरणात पावसामुळे बऱ्यापैकी गारवा आला होता. आई, बाबा, बाळू आणि शमी या वेळी सारेच घरात निवांत बसले होते. रिकाम्या वेळी आई-बाबांना रेडिओ ऐकण्याची भारी सवय. बाळू आणि शमीलाही घरातला रेडिओ आई-बाबांसोबत ऐकता ऐकता आवडू लागला होता. मैतरच झाला होता रेडिओ त्यांचा. शमी तर म्हणायचीसुद्धा, ''रेडिओ ऐकत वेळ जातो मस्त.... अहो, रेडिओ झालाय आमचा दोस्त.''

आज बाबांनी सहजच रेडिओ लावला आणि काय गंमत, अचानक बाहेर पाऊस रिमझिमायला सुरुवात झाली... उन्हातच. ऊन-पावसाचा खेळ सुरू झाला जणू आणि चक्क घरातल्या रेडिओवरसुद्धा पावसाचंच गाणं सुरू झालं. सुंदर योगायोगच. 'हसरा नाचरा, जरासा लाजरा, श्रावण आला... श्रावण आला'... पद्मश्री पद्मजा फेणाणी-जोगळेकर यांच्या सुरेल आवाजातलं हे गाणं सर्वांनाच खूप म्हणजे खूपच आवडलं. गाणं संपल्याबरोबर बाळू बाबांना म्हणाला, ''काय भारी आहे ना हे गाणं बाबा?''

बाबा ठासून म्हणाले, ''अरे, गाणं लिहिलंय कोणी... भारी तर असणारच.'' बाबांनी कवीचं नाव गुलदस्त्यात ठेवल्यावर शमीनं सरळ विचारलं, ''कोणी लिहिलंय बाबा हे गाणं?''

बाबांऐवजी बाळूच पटकन म्हणाला, ''अगं ए वेडूबाई, कविवर्य कुसुमाग्रजांनी लिहिलंय हे गाणं. त्यांचं पूर्ण नाव विष्णू वामन शिरवाडकर.''

शमी म्हणाली, ''म्हणजे कुसुमाग्रज या टोपणनावानं ते कविता लिहायचे ना?'' बाळूनं होकारार्थी मान हलवली.

बाबांना वाटलं, छान संधी चालून आलीय. आज मुलांशी कवी आणि कवितेवरच गप्पा माराव्यात. त्यांनी रेडिओ बंद केला आणि शमीला म्हणाले,

“अगं शमू, आपल्या मराठी भाषेत असे खूप कवी टोपणनावानं कविता लिहायचे. ‘आरती प्रभू’ या टोपणनावानं चिं. त्र्यं. खानोलकर कविता लिहायचे... ‘ये रे घना ये रे घना, न्हाऊ घाल माझ्या मना...’ हे त्यांचं अजरामर गाणं... हृदयनाथ मंगेशकर यांनी संगीतबद्ध केलेलं हे गाणं, आशा भोसले यांनी अतिशय सुंदर गायलंय.”

बाळू म्हणाला, “बाबा, बालकवींची ती श्रावणाची कविताही मला खूप आवडते ..... ‘श्रावणमासी हर्ष मानसी हिरवळ दाटे चोहीकडे, क्षणात येते सरसर शिरवे, क्षणात फिरुनी ऊन पडे’.... किती छान आहे नाही?”

शमी पटकन म्हणाली, “मला आठवलं बरं बालकवींचं पूर्ण नाव ....त्र्यंबक बापूजी ठोंबरे. बरोबर ना?”

बाबा म्हणाले, “अगदी बरोबर! ‘बी’ नावाचे कवी माहीत आहेत का तुम्हाला? त्यांचं मूळ नाव नारायण मुरलीधर गुप्ते... ‘गाई पाण्यावर काय म्हणुनी आल्या, का गं गंगा-यमुनाही या मिळाल्या, उभय पितरांच्या चित्तचोरटीला, कोण माझ्या बोलले गोरटीला’.... तसेच... ‘चाफा बोलेना, चाफा चालेना, चाफा खंत करी काही केल्या फुलेना’.... ही त्यांची गाणी केवळ अप्रतिमच. आणि केशवकुमार म्हणजेच प्रल्हाद केशव अत्रे बरं का ! त्यांची ‘आजीचं घड्याळ’ कविता तर आजही लहान-थोरांची खूप आवडती आहे.”

शमी म्हणाली, “बाबा कोणती हो?”...

“अगं,...‘आजीच्या जवळी घड्याळ कसले आहे चमत्कारिक... देई ठेवुनि तें कुठे अजुनि हे नाही कुणास ठाउक... त्याची टिक टिक चालते न कधिही, आहे मुके वाटते... किल्ली देई न त्यास ती कधि, तरी ते सारखे चालते’...

शमी म्हणाली, “अरे व्वा! किल्ली न देता चालणारं आजीचं घड्याळ मस्तच की.”

बाळूला काहीतरी आठवलं. तो पट्कन म्हणाला, “बाबा, केशवसुत म्हणजेच कृष्णाजी केशव दामले ना; त्यांची ‘तुतारी’ कविताही केवढी भारीय हो. आमच्या मराठीच्या थोरात सरांनी आम्हाला खूप छान शिकवली होती ती कविता. आजही आठवते मला जशीच्या तशी. सरांनी गाऊनही दाखवली होती किती छान... त्यांच्या भारदस्त आवाजात. ‘एक तुतारी द्या मज आणुनि, फुंकिन मी जी स्वप्राणाने, भेदुनि टाकिन सगळी गगनें, दीर्घ जिच्या त्या किंकाळीने.” ...बाळूने जोशात कविता म्हटली. शमी काही क्षण बाळूकडे पाहतच राहिली. आपल्यालाही अशीच

बाळूसारखी जोशपूर्ण कविता म्हणता आली पाहिजे, असं तिला एक क्षण वाटून गेलं.

कवितेचा हा सुरेल संवाद ऐकता ऐकता मध्येच आई म्हणाली,''अरे मुलांनो,... 'मना सज्जना भक्ति पंथेचि जावें, तरी श्रीहरी पाविजेतो स्वभावें । जनीं निंद्य तें सर्व सोडूनि द्यावें, जनीं वंद्य तें सर्व भावें करावे..... हा श्लोक कुणाचा माहितीय?''

शमी म्हणाली, ''अगं आई, हा श्लोक तर समर्थ रामदास स्वामींचा. त्यांचे पूर्ण नाव नारायण सूर्याजी ठोसर. अगं, शाळेत आम्ही रोज पाच पाच श्लोक म्हणतो परिपाठात. एकूण दोनशे पाच आहेत.... हे श्री मनाचे श्लोक. मनाला वळण लावणारे.''

शमीने खूपच माहिती पुरवली. आई म्हणाली,''एके काळी हे सर्वच्या सर्व दोनशे पाच श्लोक माझे पाठ होते बरं. श्लोक पाठांतराचं बक्षीसही मिळवलं होतं शाळेत असताना मी.''

शमी म्हणाली,''आई, तू आहेसच ग्रेट.'' यावर आई गोड हसली.

बाबा म्हणाले,''मुलांनो, आत्माराम रावजी देशपांडे हे कवी अनिल या नावानं

तर माणिक गोडघाटे हे कवी ग्रेस या नावानं कविता लिहायचे. आजचे आघाडीचे कवी किशोर कदम हे 'सौमित्र' या नावानं कविता लिहितात.''

बाळू म्हणाला, ''बाबा, हे सौमित्र कवी चित्रपटातून अभिनयसुद्धा करतात ना? 'फॅन्ड्री' सिनेमात खूप छान भूमिका केलीय त्यांनी.''

बाबा म्हणाले, ''होय, अरे तेच ते.''

खरंतर, आज रेडिओवरील श्रावणगीतामुळे घरातल्या गप्पांतही कवितांचा पाऊस छानपैकी बरसला होता.

शमी हसून म्हणाली, ''बाबा, पाऊस सर्वांना आनंद देतो, सर्वांना तो हवाहवासा वाटतो; म्हणूनच आजच्या गप्पांत पाऊस आला आणि आनंद देऊन गेला. वेळ कसा गेला ते कळलंच नाही.''

बाबा म्हणाले, ''अगदी खरंय! कावेरी, बाहेर छान पाऊस पडतोय. गप्पांनाही छान पाऊसरंग चढलाय. तू मस्तपैकी चहा बनव. आलं, गवती चहा घालून. आणि सोबत गरमागरम कुरकुरीत कांदाभजीही कर. मी देतो पट्कन कांदा चिरून तुला. काय रे पोरांनो, चालेल ना चहासोबत कांदाभजी?''

बाळू हसून म्हणाला, ''अहो, बाबा चालेल काय.... पळेल पळेल. बाबा, 'चाय के साथ मेरी एक कविता भी हो जाय तो...''

बाबा पटकन म्हणाले, ''तो सोने पे सुहागा।''

बाळूला कधी कधी मध्येच हिंदी बोलायची हुक्की येते आणि बाबा त्याला साथ देतात, हे आता शमीला चांगलंच ठाऊक झालं होतं.

आई म्हणाली, ''होय होय... या वेळी श्रावणावरची एक कविता व्हायलाच हवी बाळू. आता आधी कविता, मगच भजी.'' यावर झाले सारेच राजी. बाळूने कवितेला सुरुवात केली...

'थेंबाथेंबाने बरसे, आसमंत सारा
भुरळ घालितो, हा मृदगंधी वारा

साजिरा गोजिरा, आला श्रीरंग श्रावण
आकाशी बांधितो, इंद्रधनूचे तोरण

जागे होई रान, येई अलगद खुलून
ऋतू हिरवा भेटतो, पिसारा फुलवून

श्रावण गूज सांगे, कसे बहरून यावे
दान हे सौख्याचे, कसे बरसून द्यावे

असा हा श्रावण, सृष्टीचे गीत गातो
पानोपानी, मनोमनी, चैतन्य फुलवितो.

...आई म्हणाली, ''व्वा... व्वा! आजच्या श्रावणगप्पांना बाळूच्या कवितेनं वेगळाच रंग चढवला. श्रावणसरी जणू आल्या आमुच्या घरी.''

शमी लगेच म्हणाली, ''आई भारी हां... तूही झालीस की कवयित्री. बाळूदा तुझं एखादं टोपणनाव लाव ना तुझ्या कवितेसाठी.''

बाळू म्हणाला, ''भारीय आयडिया! पण कोणतं टोपणनाव घेऊ मी?''

शमी तत्परतेनं म्हणाली, ''अरे, 'श्रावण' हे नाव घे. सदाबहार आहे ते. अगदी तुझ्यासारखंच. काय हो आई-बाबा, खरंय ना?'' आई-बाबांनी मान हलवून होकार भरला आणि बाहेर श्रावणसरीही मोठ्यानं बरसून शमीच्या बोलण्याला दुजोरा देत होत्या.

बाळू आनंदला... हसून मोठ्यानं म्हणाला... ''श्रावण... मी आहे श्रावण.''

यावर सर्वांचंच इंद्रधनुष्यी हास्य घरभर पसरलं. बाहेर पावसाचं रिमझिम गाणं सुरूच होतं.

■

आमच्या घराशेजारी देशमुख आडनावाचं नवीनच कुटुंब राहायला आलं. देशमुख पती-पत्नी, त्यांचा सातवीत शिकणारा मुलगा आर्यन आणि आर्यनची आजी... राधाआजी.

घरात इनमिन चारच माणसं. आर्यनच्या आजीने घरात लागणारं किराणा सामान इथे जवळ कुठे मिळतं याची आमच्याकडे चौकशी करताच आईने त्यांना आमचा दूधवाला, पेपरवाला, किराणावाला, इस्त्रीवाला, केबलवाला यांचे संपर्क नंबर आणि पत्ते दिले. त्यामुळे त्यांचं काम खूपच सोपं झालं. त्यांना या गोष्टींसाठी विनाकारण धावाधाव करावी लागली नाही. पोळ्या लाटण्याच्या कामासाठी आजी जेव्हा बाई शोधत होत्या, तेव्हासुद्धा आईनेच आमच्याकडच्या घरकाम करणाऱ्या रखमाबाईंना त्यांच्याकडे काम करण्यासाठी राजी केलं. आईमुळे रखमाबाई आढेवेढे न घेता लगेच त्या घरी कामासाठी तयार झाल्या. आजीला किती हायसे वाटले. सगळ्या गोष्टी कशा जुळून आल्यासारख्या झाल्या. आईला तर त्या कितीतरी वेळ धन्यवाद देत होत्या. आर्यनच्या नवीन शाळेच्या प्रवेशासाठीसुद्धा बाबांनीच त्यांना मदत केली. बाळूच्याच शाळेत प्रवेश मिळवून दिला. 'इथं स्थिरस्थावर व्हायला तुमची फार मदत झाली,' असं तोंडभरून आजी बोलल्या. आर्यन हळूहळू इथं रुळू लागला. आमच्या घरी येऊ लागला. आमच्यासोबत कॅरम खेळायला बसू लागला. आईच्या हातचा कुठलाही नवीन पदार्थ खाताना, ''काकू, मस्त टेस्टी झालाय बरं,'' असं म्हणून आवडीने खाऊ लागला.

लवकरच देशमुख कुटुंब आणि आमच्या घराची छान मैत्री झाली.

गूगलआजी

वस्तूंची, पदार्थांची देवघेव सुरू झाली. अडचणीच्या वेळी एकमेकांना हाक मारली जाऊ लागली. माझी आणि बाळूची आर्यनशी तर मस्तच गट्टी जमली. त्यालाही माझ्यासारखीच चित्रकलेची आवड आणि तोही आमच्यासारखाच गप्पिष्ट. एवढ्या कॉमन गोष्टी आमच्या मैत्रीसाठी पुरेशा होत्या. खरंतर, हे सगळं जुळून आलं आर्यनच्या आजीमुळे. आजी आम्हाला अनेकदा घरी बोलवायच्या. त्यांच्या बोलक्या स्वभावामुळे लवकरच त्या घराशी आमचे सूर जुळले. आर्यनचे आई-बाबाही छान होते; पण ते दिवसभर कामासाठी बाहेरच असायचे. घरात दिवसभर आजी आणि आर्यन. आजी मला आणि बाळूला अभ्यासालाही त्यांच्याच घरी बोलवत. आमचा अभ्यास त्यांच्यासोबत छान होई. आमची कुठलीही अडचण त्या चुटकीसरशी सोडवत. फावल्या वेळी गोष्टी सांगत, कोडी घालत. आमच्यासोबत गाण्याच्या भेंड्यासुद्धा खेळत. लवकरच त्यांच्याशी आमची छान मैत्री झाली. खूपदा त्या मोठी मोठी पुस्तकं वाचताना दिसायच्या. एकदा मी न राहवून त्यांना विचारलंच, "आजी, तुम्ही एवढी तास न् तास पुस्तकं वाचत बसता, कंटाळा नाही येत? आणि असं काय असतं एवढं या पुस्तकांत?"

आजी हसून म्हणाली "शमू, अगं ही पुस्तकं आपले जिवाभावाचे मित्र असतात. या मित्रांसोबत वेळ घालवायला मनापासून आवडतं मला. ही पुस्तकं सोबतीला असतात तेव्हा नव्या गोष्टी सांगतात. त्यांच्या

सहवासात दिवस आनंदित होऊन जातात. समजते, उमजते, विज्ञानाची किमया. शमू, पुस्तक जणू एक अजबच दुनिया.''

पुस्तकातली गोष्ट, खाऊइतकीच गोड,
जीवनाला देते ती, आनंदाची जोड.
निळंशार आकाश, सूर्य, चंद्र, तारे,
पुस्तकातून भेटतात, जवळून सारे.

आजी पुस्तकांबद्दल भरभरून बोलत होती. किती छान उलगडून दाखवलं तिनं आम्हाला पुस्तकांचं नवं जग. तिनं सांगितलेलं मनात साठून राहिलं सारं. पुढे पुस्तकं वाचण्याची आवड आजीमुळेच लागली मला. आजीच्या सहवासात आमचं आनंदाचं इंद्रधनुष्य सहज फुलून यायचं.

एकदा काय झालं, आर्यनच्या घरी मी, बाळू आणि आर्यन अभ्यासाला बसलो होतो. अर्थात नेहमीप्रमाणे आजीच आमचा अभ्यास घेत होती. मला अडलेली भागाकाराची गणितं आजीनं आधी मला सोडवून दाखवली. समजावून दिली. भाज्य बरोबर भाजक गुणिले भागाकार अधिक बाकी हा उत्तर तपासण्याचा ताळाही छान सांगितला. आर्यनने मराठी व्याकरणातल्या शब्दांच्या जातीबद्दल विचारताच, नाम, सर्वनाम, विशेषण, क्रियापद, क्रियाविशेषण अव्यय, शब्दयोगी अव्यय, उभयान्वयी अव्यय आणि केवलप्रयोगी अव्यय अशा शब्दांच्या आठ जातींची छान तोंडओळख करून दिली. बाळूला ऊर्ध्वपातनाचा प्रयोग हवा होता. आजीने या प्रयोगाचं स्पष्टीकरण इतकं छान करून दिलं की, गढूळ पाणी शुद्ध कसं करावं, हे आम्हाला

चट्कन समजलं. हा ऊर्ध्वपातनाचा प्रयोग आमच्या डोळ्यांसमोर उभाच राहिला. एकमेकांच्या अभ्यासाची अडचण आम्हाला न होता त्याचा आम्हाला फायदाच होऊ लागला. आमच्या तिघांचाही अभ्यास झाल्यावर बाळू आजीला म्हणाला, “आजी, आज आम्हाला एक गोष्ट सांग ना. तू किती पुस्तकं वाचतेस, त्यातलीच एखादी सांग.” मग मी आणि आर्यननेही गोष्टीसाठी आजीकडे हट्ट धरला.

आजी हसून म्हणाली, “सांगते, सांगते... पण आधी मला काही प्रश्नांची तुम्ही उत्तरं द्यायची, चालेल ?”

“हो हो, चालेल...” आम्ही तिघंही एका सुरात म्हणालो.

मग आजी म्हणाली, “सिंहाचे सामर्थ्य सांगा बरं कशात?” बाळू पटकन म्हणाला, “त्याच्या धारदार दातांत.”

“छान!....हत्तीचं बळ सांगा बरं कशात?”

मी चाचरतच म्हणाले, “त्याच्या लांब सोंडेत.”

आजी म्हणाली, “शाब्बास!... बैलाची शक्ती सांगा बरं कशात?”

आर्यन लगेच म्हणाला, “त्याच्या मोठ्या शिंगांत.”

आजी म्हणाली, “बरोबर! ...आता सांगा, माणसाची ताकद सांगा बरं कशात?” इथे मात्र आम्ही तिघंही जण एकदम गप्प झालो. आमचे विचारी का बिचारे झालेले चेहरे पाहून आजी म्हणाल्या, “अरे, माणसाची ताकद त्याच्या हुशार डोक्यात.”

बाळू पटकन म्हणाला, “अगदी, खरंय आज्जी. डेव्हिड आणि गोलिआथ या गोष्टीत एका छोट्या मुलाने आपल्या अक्कलहुशारीनेच त्रास देणाऱ्या राक्षसाला चांगलीच अद्दल घडवली, वाचलीय मी ही गोष्ट.”

आजीने आता पुढचा प्रश्न टाकला, “पण हुश्शार डोक्याचं रहस्य काय?” इथेही आम्ही तिघं पुन्हा मूग गिळून बसल्यासारखे गप्प. मग आजीच म्हणाली, “अरे, हुशार डोक्याचं रहस्य... पुस्तकाशिवाय दुसरं आहेच काय...!

पुस्तकं करतात डोक्याला सुपीक, हुशारीचं येतं, मग खूप पीक.'' इथंसुद्धा आजीने पुस्तकांचं महत्त्व बोलता बोलता, आम्हाला सहज समजेल असं सांगितलं. मग आजीने एका कोकीळ पक्ष्याची गोष्ट सांगितली. खूप सुंदर. काव्यात्मक. जणू ती एक तालकथाच. आजी म्हणाली...

‘उन्हातला वाटसरू आला, झाडाच्या सावलीत
थंडगार वाऱ्याला तो, बसला बोलावीत

वाटलं त्याला झाडाखाली, करावा थोडा आराम
जास्त नको थोडाच, कारण आराम आहे हराम!

ऊन कमी झालं की, निघावं पुढच्या कामाला
कष्टावाचून काही नाही, जाणीव याची त्याला

वळकटी अंथरून तिथेच, तो झाडाखाली झोपला
ऊन येताच डोळ्यांवर, झोप लागेना त्याला

झाडावरील कोकीळ पक्षी, हे सारं होता पाहत
वाटसरूचा व्याकूळपणा, त्यालाही होता जाणवत

त्याने आपले पंख पसरून, किरणांना लपविले
वाटसरूच्या तोंडावर, सावलीला त्याने धरले

वाटसरू आता झाडाखाली, शांत झोपी गेला
हे पाहून कोकीळला, आनंद फार झाला

कोकीळचा हा परोपकार, मनोमनी पेरत जाऊ
तेव्हापासूनच कोकीळ, लागला कुहूकुहू गाऊ’

...आजीची गोष्ट संपली. आम्ही भान हरपून आनंदाने टाळ्या वाजवल्या. आजी म्हणाली, “मुलांनो, तो कोकीळ त्या दिवसापासून कुहूकुहू गाऊ

लागला; कारण ईश्वराने त्याला सुंदर गळा देऊन, जणू त्याच्या परोपकाराचे एक प्रकारे बक्षीसच दिले. आजीने गोष्टीचा अशा प्रकारे केलेला शेवट आम्हाला खूपच भारी वाटला. गोड गळ्याचं बक्षीस.

मी आणि बाळू घरी आल्यावर आजीची गोष्ट आईला सांगितली. बाळू म्हणाला,''आई, आर्यनच्या आजी खूप बुद्धिमान आहेत गं. त्यांना सगळंच ठाऊक असतं. गोष्ट तर किती छान सांगतात.

अभ्यासातल्या आमच्या अडचणी सोडवतात. आमच्यासाठी जणू त्या चालतंबोलतं पुस्तकच.

मी हसून म्हणाले, ''मी तर त्यांना गूगलआजीच म्हणते. काहीही विचारा... उत्तर लगेच तयार.''

बाळू म्हणाला,''थांब, उद्या आजीलाच सांगतो, त्यांचं तू केलेलं नवीन नामकरण.''

आई हसून म्हणाली, ''गूगलआजी... छान आहे नाव. शमे, कसं गं सुचतं बाई तुला हे?''

मी म्हणाले, ''अगं, आता आजीचा सहवास लाभलाय ना.'' तिच्या या वाक्यावर घरात हास्याची छान लकेर घुमली.

■

परोपकारी संत

दुपारची शाळा सुटल्यावर शमी उत्साहातच घराकडे निघाली. वाटेत मैत्रिणींसोबत घरी येताना आज नेहमीपेक्षा तिचीच बडबड जास्त होती. बोलण्याचा विषयसुद्धा तिचा एकच, तो म्हणजे वर्गावर आलेल्या चित्रकलेच्या नवीन बाई... मुळेबाई. त्यांची आणि वर्गातल्या मुलांची आज पहिलीच भेट झाली. बहुतेक त्या शाळेत नव्यानेच रुजू झाल्यात, असं मुलांना वाटलं. सुरुवातीला मुलांची त्यांनी ओळख करून घेतली. मग थोड्या गप्पा मारल्या. मुलांची कळी हळूहळू खुलली. थोड्याच वेळात काही मुलं तर बाईंशी चुरुचुरु बोलायलाही लागली. गप्पा झाल्यावर बाईंनी मग फळाभरून एक निसर्गचित्र काढलं. रंगीत खडूंनी त्या चित्रात मस्त रंग भरले. हिरवीगार डोलणारी झाडं, आकाशात उंच भरारी घेणारे पक्षी, हिरवी शाल पांघरून बसलेले डोंगर, डोंगरावरून दुथडी भरून वळणावळणाने वाहणारी नदी आणि नदीकाठच्या गवतावर चरणारी गुरंवासरं. निसर्गाचा अप्रतिम देखावा रेखाटला होता फळ्यावर. शमीला त्या चित्राने मोहिनीच घातली जणू! ते चित्र तिला सजीव वाटलं. जणू ते तिच्याशी बोलतंय,

तिला काही सांगू पाहतंय, असा तिला भास झाला. या निसर्गचित्राच्या आधारेच मग मुळेबाईंनी निसर्गाचं महत्त्वसुद्धा वर्गाला पटवून दिलं. मुलांना हे सारंच भारी वाटलं. शमीला तर नवीन बाई खूप म्हणजे खूप आवडल्या. घरी येताना वाटेत शमी मैत्रिणींना म्हणालीसुद्धा, ''बाई किती छान आहेत, हो की नाही? चित्रं तर किती सुंदर काढतात, हो की नाही? समजावूनसुद्धा किती छान सांगतात, हो की नाही? आणि आपलं चुकलं तर रागवतसुद्धा नाहीत.''

आता मैत्रिणी हसून तिची री ओढत पट्कन म्हणाल्या, ''हो की नाही...'' त्यावर एकच हशा पिकला.

तेवढ्यात रेवती म्हणाली, ''काय गं शमे, आज सारखं आपलं, हो की नाही, हो की नाहीचं पालुपद सुरू केलंयस ते.'' शमीला आपल्या लकबीचं हसूच आलं.

मधुरा म्हणाली, ''आम्हीसुद्धा साऱ्या जणी मुळेबाईंवर बेहद्द खूश आहोत. एका दिवसात त्यांनी आपल्याला किती आपलंसं केलंय.'' यावर सर्वांचंच एकमत झालं. आता पावलं घराकडे भरभर वळली.

शमीनं घरात पाऊल टाकताच आईला मोठ्यानं हाक मारली. मुळेबाईंबद्दल, त्यांच्या चित्रकलेबद्दल, त्यांनी सांगितलेल्या निसर्गाबद्दल कधी आईला सारं सांगेन असं तिला झालं होतं.

आई तिचा उत्साही चेहरा पाहून म्हणालीच, ''काय गं शमू, आज खूप खूश दिसतेस. शाळेत काही विशेष घडलं वाटतं?''

''छे बाई... तुला माझ्या मनातलं चट्कन कळतं सारं. काहीच गुपित राहत नाही. अगं खरंच, विशेषच घडलं आज शाळेत,'' असं म्हणून शमीनं चित्रकलेच्या नवीन मुळेबाईंबद्दल आईला सारं सांगितलं.

आई म्हणाली, ''शमू, तुला चित्रकला आवडते. तू चित्रही छान काढतेस; पण मला वाटतं, तुझ्या मुळेबाईंच्या मार्गदर्शनामुळे आता तू त्याहून आणखी छान चित्र काढशील; पण शमू, तुझ्या एक गोष्ट लक्षात आली का, तुझ्या मुळेबाईंनी चित्रकलेच्या माध्यमातून निसर्ग, पर्यावरण यांची छान, उपयुक्त माहितीही तुम्हाला सांगितली. म्हणजेच त्यांनी चित्रकला विषयाला सहजपणे भूगोल, विज्ञानाची जोड दिली. शमू, हे विषय असतात ना, ते एकटे एकटे येतच नाहीत मुळी. ते नेहमी हातात हात घालूनच येतात. म्हणूनच एका विषयाचा आपण केलेला अभ्यास दुसऱ्या विषयाची तयारी करताना उपयोगी पडतो. बाईंनी निसर्गाबद्दल तर खूपच छान माहिती सांगितली तुम्हाला. खरोखरच, निसर्ग हा आपला जिवाभावाचा मित्रच. त्याच्या सहवासात आपलं मन प्रसन्न होतं. झाडांतून- माडांतून, वनांतून-बनांतून, पानांतून- फुलांतून, झऱ्यांतून-वाऱ्यांतून, डोंगर- दरीतून तो आपल्याला साद घालत असतो. पर्यावरणाचा समतोल तो साधत असतो. झाडं तर आपले सखेसोबती होऊन नेहमीच आपल्याला भरभरून देत असतात. शमू, हे झाड जेव्हा छोटं रोपटं असतं ना, तेव्हा ते वाटतं जणू छोटं बाळच. थरथरतं, बावरतं... पायात त्याच्या जणू चाळच. जेव्हा रोपट्याहून ते थोडं मोठं होतं, तेव्हा ते वाटतं जणू छोटा किशोरच. धडपडतो, बागडतो, अवखळ जसा पोरच. जेव्हा झाड त्याहून थोडं मोठं होतं, तेव्हा ते वाटतं जणू एक कुमारच. कळतंसवरतं नेमकेपणानं वागतं फारच. जेव्हा झाड होतं भलं मोठ्ठं, तेव्हा वाटे जणू एक तरुण. फुलतो, डवरतो जणू पाही डोळे भरून. जेव्हा झाड होतं जुनं, तेव्हा वाटे जणू एक म्हातारा. थकलेला, वाकलेला, शुभ चिंतणारा. शमू, झाड फार गुणी असतं. ते भरभरून देतं. मायेनं साऱ्यांना सावलीत घेतं.''

शमी लगेच म्हणाली, ''म्हणजे आई, ही झाडं आपल्यासारखीच असतात. हळूहळू मोठी होतात. फक्त त्यांना बोलता येत नाही आणि आपण मात्र दुखलं-खुपलं, काही हवं-नको, की लगेच बोलून सांगतो.''

आई म्हणाली, ''खरंय तुझं बाळा. बरं चल, आटप, भूक लागली असेल ना तुला? शाळेचे कपडे बदल. हात-पाय स्वच्छ धुऊन ये. गरमागरम साजूक तुपातला शिरा करते. आवडतो ना तुला?''

''अरे व्वा मस्त...! आले हां लगेच,'' असं म्हणून शमी पट्कन हात-पाय धुवायला गेली.

संध्याकाळी शमी, बाळू अभ्यासाला बसले. बाळू त्याचा गृहपाठ करीत होता;

तर शमीनं चित्रकलेच्या वहीत पाना-फुला-फळांनी डवरलेलं एक सुंदर डेरेदार झाड काढलं. झाडावर सुगरणीचं लोबकळणारं घरटं, पक्ष्यांची रांगसुद्धा काढली. रंगीत खडूनं ते चित्र रंगवलं.

चित्र पूर्ण रंगवून झाल्यावर बाळूला म्हणाली, ‘‘बाळूदा, कसं वाटतंय माझं चित्र?’’

बाळू डोळे मोठे करून म्हणाला, ‘‘व्वा...! तुझ्या शाळेच्या काचफलकात लावतील हे चित्र; खूपच सुंदर काढलंस तू. तुझ्या हातात जादू आहे.’’

शमी आनंदाचं बहरलेलं झाड झाली जणू. झाडांचं महत्त्व मुळेबाईंनी आणि आईनं तिला सांगितलं होतं, त्यामुळेच शमीला झाडाचं चित्र काढावंसं वाटलं; पण आता चित्र काढून झाल्यावर काय करावं याचा ती विचार करत असताना तिला चट्‌कन एक गोष्ट आठवली. तिथून ती उठली; वही आणि पेन घेऊन खिडकीपाशी गेली. तिच्या खिडकीतून रस्त्यावरचं एक भलं मोठ्ठं झाड दिसतं. ती त्या झाडाचं आज मुद्दामहूनच बारकाईनं निरीक्षण करत राहिली. तिच्या लक्षात आलं की, झाडावर नाना तऱ्हेचे पक्षी येतात. चोचीतलं गाणं गाऊन जातात. शमीला काहीतरी सुचलं. ती वहीत भरभर लिहायला लागली...

वाऱ्यावरी डोलतात, पानाफुलातून बोलतात
एक एक मिळून, निसर्ग सारा फुलवतात

अन्न, वस्त्र, निवाऱ्याची, गरजही भागवतात
प्राणवायू भरभरून, वाटून साऱ्यांना देतात

स्वतः उन्हाच्या झळा, झेलत उभी राहतात
भेदभाव न करता, सावलीत साऱ्यांना घेतात

मातीत मुळं घट्ट रोवून, मातीलाही सांभाळतात
प्रदूषणाला आळा घालून, पर्यावरणही राखतात

उंच उंच वाढत जाऊन,पावसाला बोलवतात
अंगाखांद्यावर पाखरांना, आनंदाने जोजवतात

कुणी म्हणे झाड त्यांना, कुणी म्हणे वृक्ष
वृक्ष नसेल धरतीवर तर, जगणे होईल रुक्ष

देणे त्यांना ठाऊक फक्त, नाही कसली खंत
वृक्ष हे वाटतात मला, जणू परोपकारी संत

...कविता लिहिण्याचा वसा तिनं बाळूकडूनच घेतला होता. आता कामाहून बाबा घरी आल्यावर सर्वांना ही कविता एकाच वेळी ऐकवायची, असं तिनं मनाशी पक्कं ठरवलं. कवितेची वही मिटली आणि तिनं पुन्हा एकवार त्या झाडाकडं पाहिलं. आता तिला ते झाड जणू एखाद्या ऋषी-मुनीसारखं दिसायला लागलं. तिनं पट्कन आईला, बाळूला हाक मारली. झाडाच्या रूपानं ध्यानस्थ बसलेल्या ऋषी-मुनीचं दर्शन घेण्यासाठी.

कहाणी घडलेल्या दिवसाची

आज दुपारची जेवणं करून सगळी आवराआवर झाल्यावर बाबा पुन्हा एकदा सकाळचाच पेपर निवांत वाचत बसले. मी आणि शमी कॅरम खेळत बसलो होतो.

पेपर वाचता वाचता बाबा आईला एकदम म्हणाले,''अगं कावेरी, दुपारचे दोन वाजलेत आणि हे बघ आज तीनला मस्त बालनाटक आहे शिवाजी मंदिरला. नाटकाच्या जाहिरातीतल्या पानावर आलाय सारा तपशील. सई परांजपे यांचं नाटक आहे.... जादूचा शंख. पोरांना घेऊन जायचं का आपण? अगं, मस्तंय नाटक. मी वाचलंय या नाटकाचं परीक्षण. चल जाऊया आपण या नाटकाला, बाळू आणि शमीला घेऊन.'' नाटक म्हटल्याबरोबर शमीची कळी एकदम खुलली. मी आणि शमीनं पटकन आमचा कॅरमचा खेळ थांबवला. शमी लगेच घायकुतीला येऊन बाबांना म्हणाली, ''हो बाबा, आज नाटक पाहायचं म्हणजे पाहायचंच.'' कॅरमच्या कवड्या ती लगेच डब्यात भरायला लागली.

मी म्हणालो, ''बाबा, किती दिवस झाले आम्ही नाटक पाहिलंच नाही. खरंच जाऊयाना आपण नाटकाला.''

आई म्हणाली, ''तुम्ही जा तिघं. गहू निवडून चक्कीत दळायला द्यायचेत, त्यामुळे मी राहते घरीच.''

बाबा म्हणाले,''अगं, एवढ्यासाठी कशाला राहतेस घरी? मुलांची नाटकं पाहून आपल्यालाही आपलं बालपण आठवेल. पुन्हा एकदा आपण लहान होऊ. चल तूही आमच्यासोबत आणि घरी आल्यावर हवंतर नुसता खिचडीचा कुकर लाव. सोबत पापड, लोणचं असलं की पुरे झालं. काय रे पोरांनो, चालेल ना नुसती खिचडी या वेळी?''

आम्ही दोघंही एका सुरात म्हणालो, ''होय बाबा, अहो चालतंय की...!''

आई यावर काही न बोलता नुसती हसली आणि तयारीला लागली. बाबांनी लगेच नाटकाच्या जाहिरातीच्या खाली असलेला फोन नंबर फिरवून आमची चार तिकिटं बुक करून टाकली; कारण तिथं गेल्यावर तिकिटं संपली म्हणून उगाच आमचा हिरमोड व्हायला नको.

आम्ही चौघंजण पटापट तयारी करून घाईनंच घराबाहेर पडलो आणि टॅक्सी गाठली. टॅक्सीत बाबा पुढे आणि आम्ही तिघं मागे. टॅक्सी दादरच्या दिशेनं शिवाजी मंदिराकडे भरधाव निघाली. शमीची टॅक्सीत एकसारखी बडबड चालूच होती. तिच्या तोंडाची टकळी थांबेनाच. गाडीसारखी तीही धावत होती. केवढेतरी प्रश्न नाटकाबद्दल ती सारखी विचारत सुटली होती.

आई तिला समजावत म्हणाली, "अगं, तुला आताच सारं नाटकाबद्दल सांगितलं तर नाटक पाहायची तुझी सारी मजाच निघून जाईल." आईनं असं म्हटलं, तेव्हा कुठं तिनं आपल्या तोंडाला कुलूप लावलं आणि खिडकीबाहेर बघत शिवाजी मंदिर येण्याची वाट पाहत राहिली.

शिवाजी मंदिरला टॅक्सी थांबल्यावर टॅक्सीवाल्याला बाबांनी पैसे दिले. आमचा मोर्चा आता मंदिराच्या तिकीट खिडकीकडे वळला. तिकिटं ताब्यात घेऊन आम्ही नाट्यगृहात शिरलो. हे सगळं तपशीलवार सांगण्याचं कारण एवढंच, की आम्हाला नाटक दाखवण्यासाठी बाबांची चाललेली लगबग, धावपळ पाहण्यासारखी होती. का कुणास ठाऊक, बाबांना आमच्यासाठी हे सारं करताना पाहून मला बाबांबद्दल खूप भारी वाटत होतं. समथिंग स्पेशल.

बाबा म्हणाले अगदी तस्संच नाटक खासम्खास होतं. सोनी आणि तिचा लहान भाऊ श्यामूला एक गोसावी जादूचा शंख देतो. तो जादूचा शंख आपल्याला हवं ते देत नाही; पण तो शंख कानाला लावल्यावर आपल्याबद्दल कोणी वाईट बोलत असेल तर त्यातून आपल्याला ते ऐकू येतं. असा शंख आपल्या काय कामाचा? तो राजाला दिला तर राज्यकारभार करायला त्याच्या उपयोगी तरी येईल, असं दोघांना वाटतं आणि मग त्यातून नाटक पुढे घडत जातं. मनाची पकड घेतं. नाटक पाहून बाहेर पडल्यावरही शमी नाटकातले प्रसंग आठवून आठवून त्या नाटकावर आईशी एकसारखी बोलत होती. सोनी आणि श्यामूचं काम करणाऱ्या मुलांनी तर मस्तच अभिनय केला होता. ती मुलं कुठं राहतात? कितवीत शिकत असतील? मलाही नाटकात अभिनय करायला मिळेल का? असलं काही भलतंसलतं विचारत होती. बाबांनी घड्याळात पाहिलं तर सव्वापाच झाले होते. त्यांना अचानक काहीतरी आठवलं, मग घराकडे मोर्चा न वळवता त्यांनी आम्हाला दादर चौपाटीला नेलं. सुकी भेळ खाऊ घातली.

बाबा आम्हाला म्हणाले, "इथं कशाला आणलंय ठाऊक आहे तुम्हाला बाळू, शमू?"

शमी पट्‌कन म्हणाली, "भेळ खाण्यासाठी."

मी हसून म्हणालो, "शमे, तुला खाण्याशिवाय दुसरं काही सुचतच नाही का गं?"

शमी नाक उडवत म्हणाली, "तूच मोठा हुशार आलाय बाबांच्या मनातलं ओळखायला. मनकवडा. मग सांग तूच, कशाला आणलंय बाबांनी आपल्याला इथं?"

मी लगेच म्हणालो, "अगं मी सांगतो; पण कोड्यात हां... ते तू ओळखायचं... चालेल?"

शमी म्हणाली, "चालेल नाही... पळेल. चल सांग पट्‌कन. नको आढेवेढे घेऊस." मी म्हणालो...

'छाताडावरून त्याच्या, नौका फिरे डौलात
सूर्याच्या उष्णतेने तो, तापून जाई ढगात

मासे, मीठ, मोती, तो इंधनही देतो
लाटालाटांतून तो, नेहमी उसळतो.
सांग बरं कोण?'

तेवढ्यात चौपाटीवरील समुद्राच्या लाटांचा आवाज शमीच्या कानात शिरला आणि ती मोठ्यानं म्हणाली, ''सापडलं मला उत्तर. समुद्र ...! बरोबर ना?''

मी होय म्हणायचा अवकाश; पण बाबाच पटकन म्हणाले, ''अगं शमू, आपण समुद्र पाहायला आलेलो आहेच; पण आणखी एक गोष्ट तुम्हाला दाखवायची आहे मला. ती म्हणजे, सूर्यास्त. सूर्य मावळताना, क्षितिजाला टेकताना आकाशाच्या रंगांत कितीतरी बदल घडतात. हे सारं पाहताना खूप छान वाटतं. आपल्याकडील उंचच उंच इमारतींमुळे आपल्याला कुठं सूर्योदय, सूर्यास्त पाहायला मिळतो? म्हणूनच आता आपण या समुद्र ठिकाणी आलोय. आता थोड्याच वेळात सूर्यास्त होईल. सूर्यास्ताचं विलोभनीय दर्शन आता आपल्याला इथं बसून घडेल. मग बाबांनी मला आणि शमीला सूर्यास्ताबद्दल खूपच माहिती दिली. पश्चिमेकडे त्याचं मावळणं, घरी जायची त्याला जणू लागलेली घाई, आकाशातले नानाविध रंग, संधिप्रकाश... आणखी बरंच काही. मी आणि शमी जिवाचा कान करून ऐकत होतो सारं आणि आम्हाला छानही वाटत होतं. मध्येमध्ये आईसुद्धा बरीच माहिती आम्हाला पुरवत होती.

आई म्हणाली, ''सूर्य एक मोठा ताराच आहे आणि तो उगवत नाही, मावळत नाही. तो एकाच जागी स्थिर असतो. पृथ्वी स्वतःभोवती फिरते त्यामुळे दिवस-रात्र होतात. आपण मात्र म्हणतो सूर्य उगवला, दिवस सुरू झाला, सूर्य मावळला, रात्र झाली... बाळू, शमू, तुम्हाला हे सारं शाळेत शिकवलंच असेल की.''

मी म्हणालो, ''होय आई, आपली पृथ्वी पश्चिमेकडून पूर्वेकडे स्वतःभोवती फिरते, त्याला परिवलन म्हणतात आणि स्वतःभोवती फिरता फिरता ती सूर्याभोवती फिरते त्याला परिभ्रमण म्हणतात.''

शमी पटकन म्हणाली, ''भले शाब्बास...! ''

बाबा, आई तिच्या या वाक्यानं खळखळून हसले. तेवढ्यात एकदाचा तो क्षण अगदी जवळ आला, सूर्य बुडण्याचा. 'कुठे बुडाला पलीकडे तो सोन्याचा गोळा...' असं म्हणण्याचा. ते दृश्य खूपच मनोहारी होतं. कितीतरी वेळ आम्ही ते सारं पाहत होतो. मनात सारं साठवत होतो.

शेवटी बाबा म्हणाले, ''चला आता, घरी निघायला हवं.'' तेव्हा मी भानावर आलो. आम्ही आता सारे घराकडे वळलो.

घरी आल्यावर आई स्वयंपाकाच्या तयारीला लागली. बाबा आईच्या मदतीला होतेच. शमी आजची मज्जा, नाटकाची कहाणी, पाहिलेला सूर्यास्त तिची शेजारची मैत्रीण सायलीला सांगायला तिच्या घरी पोहचलीसुद्धा. माझ्या डोळ्यांसमोरून मात्र सूर्यास्ताचं सुंदर चित्र जाईनाच. मनात जणू ते ठाण मांडून बसलं होतं. आतल्या खोलीत गेलो आणि माझी कवितेची वही काढली. सूर्यास्ताचं वर्णन कवितेतून झरझर वहीत लिहून काढलं. कविता पुन्हा वाचली. मन आनंदून गेलं.

रात्रीचं जेवण झाल्यावर बाबा सहज म्हणाले, ''काय बाळू, कसा वाटला आजचा दिवस?''

''बाबा, मस्तच गेला दिवस. नाटक तर भारीच होतं. परोपकाराचं, प्रामाणिकपणाचं मोल सांगून जाणारं आणि त्यावर कळस म्हणजे तुम्ही दाखवलेला आजचा सूर्यास्त. तो तर खूपच भारी.

शमीही सुरात सूर मिसळून म्हणाली, ''हो बाबा, नाटक, सूर्यास्त आणि चौपाटीवरची भेळ हे सारंच एक नंबर. मला तर खूपच मज्जा आली. मी तर हे सारं सायलीला सांगूनसुद्धा आले.''

तेवढ्यात मी म्हणालो, ''बाबा, मी सूर्यास्ताचं वर्णन आज चक्क कवितेतून लिहिलंय. दाखवू तुम्हाला ती कविता?''

बाबा म्हणाले, ''अरे व्वा. नेकी और पुछपुछ. बघू कविता तुझी.'' मी कवितेची वही आणून बाबांच्या हाती दिली.

शमी पट्कन म्हणाली, ''दादा, तूच वाचून दाखव ना तुझ्या छान ठेक्यात. किती छान वाचतोस तू कविता!''

आई-बाबा दोघंही म्हणाले, ''होय होय बाळू, तूच वाच.'' मी 'बरं' म्हटलं आणि कवितेला सुरुवात केली...

सूर्यास्त

सूर्याला घरी जाण्याची, लागली फार घाई
पश्चिमेकडे सरकत तो, वेगाने पुढेच जाई

सोनेरी रंग त्याचा, सुवर्णमय अधिक झाला
तृप्ततेचा आनंद जणू, मुखावरी विलसला

तो क्षितिजाला टेकताना, दृश्य दिसे मनोहर
रंगांची उधळण पाहून, प्रसन्न होई मनमोर

अस्ताला तो गेल्यावरी, मंद प्रकाश हा उरला
हा संधिप्रकाश मनास, हुरहूर लावून गेला

सभोवताली जेव्हा, पसरली संध्याछाया
आकाशाची चहूकडे, काळी गडद काया

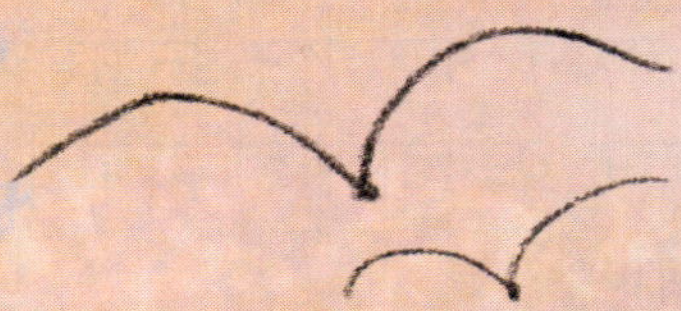

अशावेळी पाखरू, घराकडे धाव घेई
थोड्याच वेळात, अंधाराचे राज्य येई

कृतार्थ होऊन सूर्य बोले, बात एक पक्की
उद्या सूर्योदय करण्यास, मी येणार आहे नक्की

...बाबा म्हणाले, ''छानच झालीय कविता. जपून ठेव. मोठा ऐवज आहे तो.'' शमी म्हणाली, ''बाबा, मीसुद्धा करणार हो कविता. मला नवी वही आणून द्या पाहू आणि दादा आहेच की मला मार्गदर्शन करायला. हो की नाही रे दादा? करशील ना तुझ्या या लाडक्या शमूताईला मार्गदर्शन?'' बाळूनं होकारार्थी मान हलवली. आईची आणि बाबांची मान मात्र कौतुकानं डोलली. ■

आज संध्याकाळची जेवणं झाल्यावर बाळू, शमी बाबांजवळ आले. बाबा कुठलंसं पुस्तक वाचत बिछान्यावर बसले होते. बाळू लगेच बाबांना म्हणाला, ''बाबा, किती दिवस झाले, तुम्ही आम्हाला गोष्टच सांगितली नाही. एखादी नवीन गोष्ट सांगा ना!''

शमीनंसुद्धा लगेच री ओढली,''हो बाबा, सांगा ना एखादी नवी गोष्ट. प्लीज....!''

आई पाण्याचा तांब्या-पेला घेऊन आत आली. तीही मग मुलांचं ऐकून लगेच म्हणाली,''सांगा हो, मुलं एवढा गोष्टीसाठी हट्ट धरतायत तर, सांगा एखादी गोष्ट. आढेवेढे घेऊन नका मुलांचा हिरमोड करू.''

बाबा म्हणाले,'' बरं बाई... सांगतो... सांगतो. मुलांनो, आज ना, मी तुम्हाला लक्ष्मण केरकर या गृहस्थाच्या बालपणातीलच गोष्ट सांगतो. अगदी खरीखुरी हां. सत्य घटनाच म्हणा ना! अरे, काही दिवसांपूर्वीच ते मला भेटले होते एका कार्यक्रमात.''

बाळू पट्कन म्हणाला,''बाबा, कोण हे लक्ष्मण केरकर?''

बाबा म्हणाले, ''लक्ष्मण केरकर... अरे, कादंबरीलेखन करणारं एक ठसठशीत नाव. त्यांच्या दोन कादंबऱ्यांना शासनाचा उत्कृष्ट साहित्यनिर्मितीचा राज्य पुरस्कार प्राप्त झालाय बरं!''

एकदा काय झालं, मुंबईमधील एका शिक्षण संस्थेत मुलांसाठी कथाकथन करण्यासाठी मी गेलो होतो. त्या शिक्षण संस्थेचे हितचिंतक म्हणून केरकर सर कार्यक्रमास आवर्जून उपस्थित होते. कथाकथनाच्या निमित्ताने त्यांची अशी अवचित भेट माझ्यासाठी पर्वणीच. मग

शिक्षेतून दीक्षा

भेटीत चहापानाच्या वेळी आमच्या गप्पा सुरू झाल्या. गप्पांच्या ओघात हळूहळू त्यांच्या गतकाळाच्या आठवणी ते समरसून सांगू लागले. त्यांतलीच एक आठवण बऱ्याच दिवसांनंतरही माझ्या मनात घर करून राहिलीय. त्यांची ती आठवण म्हणजेच 'दोन आणे दंड.'

अंदाजे तीस -चाळीस वर्षांपूर्वीची ही आठवण. सत्य घटनाच! तेव्हा केरकर नववीच्या वर्गात शिकत होते. ते वरळीला राहत होते आणि शाळा होती परळला. शाळा आणि घर यातलं अंतर तसं मोठंच होतं. शाळेचं नाव शिरोडकर हायस्कूल. शाळेची वेळ सकाळी सातची. वरळीहून परळला शाळेत ते सकाळी पायीच झपझप चालत येत; पण दुपारी शाळेतून घरी जाताना मात्र बसनं परळहून वरळी गावापर्यंत एक आणा देऊन ते घरी येत; कारण भर दुपारची उन्हं, तापलेले डांबरी रस्ते, वाहतुकीची गर्दी आणि त्यात ते अनवाणी. म्हणून वडील त्यांना शाळेत जाताना रोज एक आणा बससाठी देत.

खरंतर, हा छोटा लक्ष्मण अभ्यासात अतिशय हुशार होता बरं! परिस्थितीची जाणीवही होती त्याला. त्यामुळेच शाळेत येण्यापूर्वी वाटेतच लागणाऱ्या एका बिल्डिंगच्या खाली उभ्या असणाऱ्या दोन मोटारगाड्या धुऊन-पुसून तो शाळेत येत होता. या कामातून मिळणारे पैसे तो वडिलांच्या हातावर ठेवत असे.

एकदा त्यांच्या शाळेत नव्यानंच गावकर नावाची व्यक्ती मुख्याध्यापक म्हणून रुजू झाली. अतिशय कडक शिस्तीचे होते गावकर सर. सकाळी सातला मुलं प्रार्थनेला हजर असलीच पाहिजेत, असा त्यांचा दंडक असायचा. मुलांनी गबाळ्यासारखं येणं, उशिरा उपस्थित राहणं, अर्धवट गृहपाठ करणं त्यांना अजिबात आवडत नसे. अन् या शाळेत तर बरीच मुलं अनेकदा शाळेत उशिरा हजर होत. मग यावर मुख्याध्यापकांनी एक तोडगा काढला. जो विद्यार्थी प्रार्थनेला उपस्थित नसेल, शाळेत उशिरा येईल, त्याच्याकडून दोन आणे दंड वसूल केला जाईल, अशी सूचनाच त्यांनी काढली. यातून एक गोष्ट चांगली झाली. मुलांचं उशिरा येण्याचं प्रमाण हळूहळू कमी झालं.
अगदी शून्यापर्यंत आलं.

आता कधीतरी क्वचितच एखादा मुलगा अचानक उद्‌भवलेल्या काही अडचणीमुळे उशिरा येई आणि मग दोन आणे दंड कार्यालयात जमा करत असे.

लक्ष्मण पहाटे लवकरच घर सोडायचा. शाळेचा युनिफॉर्म घालून, दप्तर घेऊन तो पहिल्यांदा गाड्या पुसण्याच्या कामाकडे निघायचा. शाळेचा शर्ट काढून अंगात दप्तरातील जुना शर्ट घालायचा आणि मग दोन गाड्या पुसायचा. सगळं काम आवरल्यावर पुन्हा हात-पाय धुऊन शाळेचा शर्ट अंगात चढवून तो शाळेचा रस्ता धरायचा. त्याची पावलं झपझप शाळेच्या दिशेनं चालायची; कारण शाळेची सातची वेळ त्याला गाठायची असे. दोन आणे दंड त्याला आठवायचा.

एकदा नेहमीप्रमाणेच तो भल्या पहाटे गाडी पुसण्याच्या कामाकडे निघाला; पण त्या दिवशी त्याला पुसायच्या गाडीच्या बाजूला इतर गाड्या पार्क केल्यामुळे नीट कामच करता येईना. मग तिथल्या वॉचमनला उठवून त्याने आपली अडचण त्याला सांगितली; पण त्यातून मार्ग काढायचा म्हणजे या पार्क केलेल्या इतर गाड्या बाजूला काढल्या गेल्या पाहिजेत. अन् एवढ्या पहाटे हे कसं शक्य आहे? त्याने त्या अडचणीतच मग कशातरी गाड्या पुसून काढल्या; मात्र यामध्ये त्याचा भरपूर वेळ गेला अन् याचा परिणाम शाळेत तो उशिरा पोचला. 'आनंदकंद ऐसा, हा हिंद देश माझा' हे

देशभक्तिपर समूहगीत जवळजवळ संपतच आलं होतं, अन् लक्ष्मणनं शाळेत पाऊल टाकलं. गावकर सर शाळेच्या गेटवरच उभे होते. परिपाठ झाल्यानंतर गावकर सर लक्ष्मणला म्हणाले, ''उशीर झाला ना? दोन आणे दंड कार्यालयात भरायचा.'' लक्ष्मणनं खालच्या मानेनंच होकार दिला. अन् तो वर्गात गेला. वर्गात मात्र तो शांत मनानं बसूच शकला नाही. 'दोन आणे कुठून आणायचे?' हाच प्रश्न त्याला एकसारखा सतावत होता. बाबांकडे मागितले, तर ते तरी कुठून देतील? रोज बसने घरी येण्यासाठी कसाबसा एक आणा देतात, हीच फार मोठी गोष्ट. त्यात आणखी दोन आणे ते कसे उभे करतील? तो विचारात बुडाला.

शेवटी लक्ष्मणने मनाचा निश्चय केला. दोन दिवस शाळा सुटल्यावर पायीच चालत दुपारी घरी जायचं अन् मग बसचे वाचवलेले दोन दिवसाचे दोन आणे, दंड म्हणून शाळेत भरून टाकायचे. आज शाळा सुटल्यावर लक्ष्मण घराकडे पायीच निघाला. दुपारची वेळ, डांबरी रस्ते, त्यात लक्ष्मणच्या पायात चप्पल नव्हती. अशा वेळी लक्ष्मण सावलीचा आडोसा रस्त्याच्या कडेला शोधे. धावत जाऊन तिथं थांबे. पुन्हा पुढची सावलीची जागा पाहून धावत जाऊन पुन्हा तिथं थांबे. उन्हाचे चटके सावलीत थांबल्यावर कमी बसत. पोळलेल्या पायांना सावलीत आराम मिळे. असे करत करत तो घर गाठे. दोन दिवस तो अशा प्रकारे कसरत करीत घरी गेला आणि एकदाचा दंड भरून टाकला. त्याने मग कानाला खडा लावला - यापुढे कधीच शाळेत उशिरा जायचं नाही.

ही घटना घडल्यानंतर चारच दिवसांनी मराठीच्या कुलकर्णीबाईंनी नववीच्या वर्गाला अनुभवकथन हा भाग शिकवून, याच विषयावर मुलांना एक उपक्रम दिला. त्यांनी मुलांना त्यांच्या आयुष्यातील कोणताही एखादा अनुभव, प्रसंग सुमारे दोनशे शब्दांत शब्दबद्ध करायला सांगितला. या उपक्रमामुळे मुलांना मुक्तपणे लेखन करायची संधी मिळणार होती आणि उत्कृष्ट अनुभवलेखनाला आकर्षक बक्षीसही मिळणार होतं. वर्गातील बऱ्याच मुलांनी यात आपला सहभाग नोंदवला. त्यांनी वेगवेगळ्या विषयांवर अनुभवकथन

लिहिलं. प्रसंग शब्दबद्ध केले. काहींनी तर निबंधवजा लेखही लिहिले; परंतु लक्ष्मणने अनुभवकथन लिहिलं, तेही अगदी अस्सल. त्याच्या अनुभवकथनाचं शीर्षक होतं... 'दोन आणे दंड.'

कुलकर्णीबाईंनी लक्ष्मणचा अनुभव वाचला. त्या एकदम अवाक झाल्या. मनाला चटका लावणाराच तो अनुभव होता. त्यात लक्ष्मणची धडपड होती, जिद्द होती. आणि तो अनुभव त्यानं लिहिलाही होता... अगदी ओघवता आणि नेमकेपणानं. बाईंनी मग तो अनुभव सगळ्या शाळेला वाचायला मिळावा म्हणून शाळेच्या दर्शनी काचफलकातच लावला. साहजिकच शाळेचे मुख्याध्यापक गावकर यांच्या तो वाचण्यात आला. लक्ष्मणचं अनुभवकथन त्यांनी वाचल्याबरोबर लगेच लक्ष्मणला केबिनमध्ये बोलावून घेतलं. लक्ष्मण भीतभीतच केबिनमध्ये आला. गावकर म्हणाले, "आधीच हे सारं सांगायचं नाही का रे मला? कशाला एवढा स्वतःला त्रास करून घेऊन दंड भरलास?" लक्ष्मण गप्प उभा. काहीच बोलला नाही. एकवार सरांकडे फक्त त्यानं पाहिलं. त्याचे डोळे काहीच न बोलता बरंच काही बोलून गेले. मुख्याध्यापक आतून गलबलले. मग जास्त न बोलता, "बरं जा वर्गात." एवढंच ते बोलले. लक्ष्मण वर्गात गेला. गावकरांनी जुनी सूचना रद्द करून आता नवीन सूचना काढली. उद्यापासून शाळेत उशिरा येणाऱ्या कुणाकडूनही दंड वसूल केला जाणार नाही; पण उशिरा येणाऱ्याला श्रमदानातून आपलं खेळाचं मैदान अधिक चांगलं करण्यासाठी एक जादा तास शाळेसाठी द्यावा लागेल.

लक्ष्मणच्या अनुभवलेखनानं शाळेतली सूचना बदलली गेली. लक्ष्मणच्या लेखनाचंही खूप कौतुक झालं. लक्ष्मणच्या लेखनाची ही तर खरी सुरुवात होती. म्हणतात ना, अनुभव माणसाला खूप काही शिकवून जातो. आणि खूप काही देऊनही! लक्ष्मणच्या बाबतीत अगदी तसंच झालं. प्रतिकूल परिस्थितीत लक्ष्मण रडला नाही, थांबला नाही. मग याच प्रतिकूल परिस्थितीनं लक्ष्मणला जगण्याशी दोन हात करायला शिकवलं. आणि तेच जगणं शब्दबद्ध करायला संवेदनशील मनाबरोबर, लिहिता हातही दिला. आज त्याच लिहित्या हाताचं राज्य पुरस्काराच्या रूपानं अभिनंदन होत आहे मुलांनो."

मुलांनी गोष्ट संपल्याबरोबर टाळ्या वाजवल्या. या टाळ्या बाबांनी सांगितलेल्या गोष्टीसाठी होत्या आणि गोष्टीतल्या छोट्या लक्ष्मणसाठीही.

■

प्रयत्नांची खरी ताकद

रमेश आज शाळेतून घरी आला तो अगदी निराश होऊनच. त्याला या वर्षीसुद्धा आंतरशालेय वक्तृत्व स्पर्धेतलं बक्षीस मिळालंच नाही, याचं त्याला वाईट वाटत होतं. म्हणूनच आज तो खूप दुःखी होता. घरात पाय टाकल्याबरोबर खांद्यावरची शाळेची बॅग त्यानं टेबलावर भिरकावली अन् आईशी एक शब्दही न बोलता तो सरळ बेडवर झोपायला गेला. अगदी डोक्यावर हात ठेवून तो बेडवर झोपला. जणू काही कुणाला तोंड दाखवायलाच नको. नेहमी घरी आल्याबरोबर घर डोक्यावर घेणारा रमेश आज एकदमच गप्पगप्प. शिवाय शाळेतल्या गमतीजमती, अभ्यास यातलं एक अक्षरही न बोलता तो लगेच झोपायला गेला. आईला कळलं, शाळेत काहीतरी बिनसलं असणार. लगेच तिला आठवलं, अरे आज तर याची वक्तृत्व स्पर्धा होती. याही वर्षी बहुतेक त्याचा नंबर हुकला असणार. रमेशच्या या कृतीवरून त्याच्या वक्तृत्व स्पर्धेचा रिझल्ट त्यानं न सांगताही आईच्या लक्षात आला. आईला न सांगताही मुलाच्या गोष्टी कळतातच आपसूक म्हणा. न राहवून रमेशजवळ जाऊन तिनं त्याला बोलतं केलं. विचारलं, "काय रमेश,

कशी झाली आजची वक्तृत्व स्पर्धा?''

आईनं स्पर्धेचा विषय काढताच तो आणखीनच हिरमुसला. डोळ्यांवरचा हात बाजूला करून आईकडे बघत तो म्हणाला,''काय होणार! नेहमीसारखाच आमचा पराजय ठरलेला.''

त्याचं असं निराशाजनक बोलणं ऐकून आई अस्वस्थ झाली. तिलाही आतून वाईट वाटलं. ती म्हणाली,''अरे रमेश, पराजयातच जय हा दडलेला असतो. पराजयसुद्धा खिलाडू वृत्तीनं स्वीकारायला हवा.''

रमेश म्हणाला,''हो, तुला काय जातंय नुसतं बोलायला! शाळेत बघ किती नाचक्की होते आणि ते तुला कसं कळणार? जाऊ दे !''

''अरे, यात कसली आलीय नाचक्की? नाही आला तर नाही आला नंबर. म्हणून काय झालं, काय आकाश कोसळलं?''

''अगं आई, ते तुला नाही कळणार. मित्र म्हणतात, एवढं सुंदर कथाकथन करतोस; मग वक्तृत्व स्पर्धेत कसा काय दर वेळी मागे पडतोस? दोन्ही तर बोलण्याच्याच कला ना?''

''अरे रमेश, कथाकथन आणि वक्तृत्व या जरी भाषणकला असल्या तरी दोन्ही कलांत फार फरक आहे, बाळा. कथा जशी तू रंगवून सांगतोस तसं भाषण 'सांगून' जमणार नाही. भाषण हे मुद्देसूदच 'करायला' हवं. गोष्ट तुला आवडते म्हणून तिची तयारी तू अधिक करतोस; पण वक्तृत्वाचा विषय लक्षात घेऊन त्याचे मुद्दे काढणं, ते मुद्दे पटवून देण्यासाठी विविध उदाहरणं, दाखले देणं, हे फार महत्त्वाचं असतं राजा आणि यासाठी अभ्यास हवा. मेहनत करण्याची तयारी हवी आणि तुझी हीच तयारी कमी पडते बघ.'' रमेश आईचं बोलणं मन लावून ऐकत होता आणि त्यालाही ते पटत होतं. तरीही तो आईला म्हणालाच,''अगं पण मी दर वर्षी वक्तृत्व स्पर्धेत भाग घेतो; पण कधीच माझा नंबर आला नाही.''

आई म्हणाली,''अरे, स्पर्धेत नंबर महत्त्वाचा असतो; पण त्याहीपेक्षा महत्त्वाची असते ती त्या स्पर्धेत यशस्वी होण्यासाठी आपण घेतलेली प्रचंड मेहनत. त्या मेहनतीचं चीज झालं नाही म्हणून आपले प्रयत्न थांबवायचे नसतात; कारण जो थांबला तो संपला, असं

म्हणतात. अरे, कधीच नशिबाला दोष देत बसायचं नसतं. म्हणतात ना,

नशीब आपलं दार
एकदा तरी ठोठावून जातं
आत येऊन प्रयत्न पाहून
यशाचं माप ठरवून जातं.

नंतर त्याच्या डोक्यावरून प्रेमानं हात फिरवत आई म्हणाली, ''चल ऊठ, फ्रेश हो; मी गरम गरम पोहे करते तुझ्यासाठी.''

आई स्वयंपाकखोलीत गेली. रमेश बेडवर उठून बसला. आईची ती वाक्यं फेर धरून आपल्याभोवती नाचत आहेत, असं त्याला वाटलं.

त्याचं लक्ष सहज समोर गेलं. भिंतीच्या एका कोपऱ्यात एक मुंगी अन्नाचा एक कण उचलून नेण्याचा प्रयत्न करत होती. त्याला वाटलं, एवढीशी ती मुंगी अन् कण केवढा मोठ्ठा. आपल्या अंगापेक्षाही आकाराने मोठ्ठा अन्नाचा कण ही मुंगी कशी बरं नेणार? छे! कसं तिला जमेल? पण मुंगीचा प्रयत्न मात्र चालूच होता. एकदा तो कण तिच्या बारीकशा पंजातून निसटला. पुन्हा तिचा तोच प्रयत्न. एक, दोन, तीन... दहा, वीस, तीस... रमेशला तिचा प्रयत्न मोजण्याचा जणू छंदच लागला; पण प्रत्येक प्रयत्नातून तिचा सराईतपणा वाढत होता, हे त्याच्या लक्षात आलं आणि पस्तिसाव्या प्रयत्नाच्या वेळी त्याला त्या मुंगीचं अक्षरशः नवल वाटलं; कारण ती मुंगी आता तो आपल्या अंगापेक्षाही अन्नाचा मोठ्ठा कण सहज घेऊन चालली होती. तो बराच वेळ त्या मुंगीकडे पाहतच राहिला. तिचा प्रयत्न शेवटी यशस्वी झाला होता.

त्या मुंगीचे एवढे प्रयत्न पाहून प्रयत्नाची खरी ताकद त्या वेळी त्याच्या लक्षात आली. तो उत्साहानं उठला; त्यानं निराशा झटकून टाकली. ध्येयासाठी मुंगीसारखे अथक प्रयत्न, परिश्रम करायला हवेत, असं त्याला वाटलं. पुढील वर्षाच्या वक्तृत्व स्पर्धेत आपण खूप मेहनत घेऊ आणि यशस्वी होऊ ही खूणगाठ त्यानं मनाशी बांधली.

तेवढ्यात आईची हाक त्याच्या कानावर पडली, ''रमेश, उठलास का तू? पोहे तयार झाले बघ. गरम गरम खाऊन घे.'' रमेश आईजवळ आला आणि म्हणाला, ''आई, प्रयत्नांत खूप मोठी ताकद असते ना गं?''

"हो रे बाळा! म्हणतात ना-

ऊठ मुला, थांबून तुला, नाही चालणार
हात-पाय गाळून यश, कसे रे मिळणार?

ठेचाळून पडला जरी, जो येतो वाटेवर
त्याच्यासाठी नव्या वाटा, होतात हजर

ध्यानात ठेव संकटात, नाही रडून चालत
धाडसाच्या मागे, यश येतसे धावत

या जगी नाही बरं, काहीच अशक्य
वाळवंटी नंदनवन, फुलवणंसुद्धा शक्य

माणसाने आकाश, बघ घेतले कवेत
सागराचा तळही, कसा गाठला दमात

केल्याने होत आहे, याचे राहू दे रे भान
यश हे चिकाटीला, चिकटलेले जाण

श्रमाची बांधून पूजा, कर प्रयत्न सत्वर
निराशेच्या काळोखाला, दे लखलखते उत्तर

रमेश, आपल्यातील निराशेला आपणच आपल्या प्रयत्नांनी लखलखीत उत्तर दिलं पाहिजे."

"होय आई, आलंय माझ्या आता सारं लक्षात. तू जेव्हा आत पोहे बनवायला गेली होतीस ना, तेव्हा लख्ख प्रकाशासारखं कळलंय मला सारं."

आईनं आश्चर्यानंच विचारलं, "मी आत गेले होते तेव्हा? कुणी सांगितलं तुला?"

"मुंगीनं..." एवढंच बोलून रमेश मोठ्यानं खळखळून हसला अन् आई मात्र काहीही न कळल्यासारखं विचारी की बिचारी होऊन त्याच्याकडे नुसतं पाहत बसली.

■

“आयं, आलीस व्हय कामावून?... किती वेळ लावलास गं आज घरी यायला... दिवाबत्तीची सांजची येळ झालीय. परशा तर सारखं कवापासून मला एकच गोष्ट इचारीत होता- ‘आय कधी येनार, आय कधी येनार?’ म्हणून. कशीतरी काढली बाई मी त्याची समजूत; पण गुलाम ऐकतोय कसला. त्याची भुणभुण एकसारखी माझ्या मागं सुरूच”... आईनं घरात पाय टाकल्याबरोबर चिमुकल्या कमलची एकसारखी बडबड सुरू झाली. कमलला या दिवाळीत अकरावं सरून बारावं वरीस लागलं होतं; पण कमल वयापेक्षा जास्त समजूतदार होती. आईच्या कष्टांची तिला जाणीव होती. वडिलांचं छत्र हरवल्यावर आई दिवसभर रोजंदारीच्या कामाला जायची आणि कमल परशाला सांभाळून घरची सारी कामं उपसायची.

परशा तिचा लहान भाऊ. आता पाचवं संपून त्याला नुकतंच सहावं वरीस लागलं होतं.

आईनं परशाला जवळ घेतलं. मायेनं त्याच्या तोंडावरून हात फिरवून त्याचा मुका घेतला. परशाची कळी खुलली. तो आईच्या कुशीत शिरला. कमलनं कामावरून दमून आलेल्या आईला तांब्याभर पाणी दिलं. मग परशाकडं बघत हसून म्हणाली, “हूं... तू जवळ घेताच गडी खुललाय बघ कसा! आता बोलंल चुरुचुरु.”

परशा पट्कन म्हणालाच, "आयं, आज काय झालं म्हाहीत हाय?"

कमल पट्कन त्याला थांबवत म्हणाली, "लागला लगेच मधीमधी बोलायला. अरे, जरा दम धीर धर की! ती आत्ताच आलीय ना. तिला घोटभर च्या घिऊ दे. मग निवांत सांग. सारी रात पडलीय."

आई पट्कन म्हणाली, "कमे, काय झालं ते आधी पट्कन सांग बरं. अगं, चहाचं राहू दे बाजूला. आधी जे काय घडलंय ते सांग मुकाट. नको काही दडवून ठेवू. उगाच माझा जीव टांगनीला लागतो."

कमल पट्कन आतून गरम चहा कप-बशीत आणून आईच्या हाती देत म्हणाली, "अगं, सांगते... सांगते. समदं सांगते. आधी हा गरम चहा तर घे. नाहीतर गार होऊन जाईल बघ. आन एवढी नको घायकुतीला येऊस. काय वाईट नाय घडलं एवढं घाबरायला."

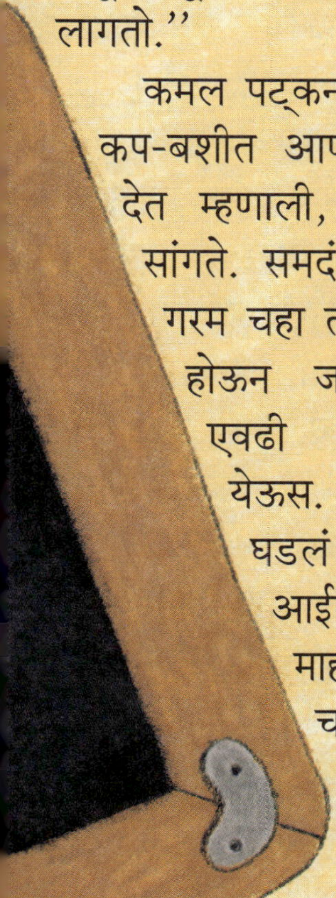

आईला कमलचा हट्ट माहीत होता. आपण चहा पिल्याबगर ती आपल्याला काहीच सांगणार नाही. मग आईनं पट्कन कपातला चहा बशीत ओतला. आणि बशी ओठांजवळ नेऊन पटापटा चहाचे घोट घेतले. कमलनं तेवढ्यात आईनं आणलेल्या पिशवीतून मेथीची जुडी बाहेर काढली. मग ती जुडी पुढ्यात घेऊन मेथीची भाजी ती लागली खुडायला.

भाजी खुडता-खुडताच ती आईला म्हणाली, "आज सगळा स्वयंपाक राहिलाय बघ."

आईनं चकित होऊन विचारलं, "का बरं? या वक्ताला तर समदा स्वयंपाक होतो की तुझा. फकस्त भाकऱ्याच करायच्या राहत्यात."

कमल हसून म्हणाली, "तुला तर बाई जराबी दम नाही. जाऊ दे. आता समदं सांगूनच टाकते. त्याशिवाय तुझाबी जीव शांत होणार नाही. आगं आयं, तू सकाळी रोजगार हमीच्या कामावर गेली होतीस ना, तवा घरी कोण आलं होतं ठाव हाय? अगं, आपल्या गावच्या झेड.पी.च्या साळंतले कांबळे गुरुजी घरी आले होते. आता तुला ठावंच हाय, घरच्या कामामुळं आणि परशाला सांभाळायचं असल्यामुळं मला साळंत जायला जमत नाय. अगं म्हणूनशान आज कांबळे गुरुजीच घरी आले. मला म्हणले 'कमल, पोरी, तुला चांगलं डोकं हाय. कायबी झालं तरी साळा चुकवू नकोस पोरी. रोज साळंत ये. अगं, तुझ्या भावाला पण साळंत आण.

तुझ्या भावाचं नाव आपण पहिलीच्या वर्गात घालू.' आयं, बा देवाघरी गेल्यानंतर घरच्या कामामुळं मला साळंत जाताच आलं न्हाय. माझी मधीच साळा हुकली म्हणून गुरुजी घरापर्यंत आले बघ. आयं, अगं कांबळे गुरुजी, आम्हा दोघांनाबी साळंत घेऊनच गेले. खरं सांगू का आयं, दिवसभर साळंत बसून, अभ्यास करून, कविता, गाणी म्हणून... आभाळाएवढा आनंद झाला बघ मला. परशाबी जाम खुश होता. साळंत दुपारच्या वक्ताला जेवायला गरमागरम खिचडीबी मिळाली. गुरुजींनी तर माझं खूप कौतुक केलं. त्यांच्या बोलानं माझा जीव हरखून गेलाय बघ. साळंत आज खूप नव्या नव्या गोष्टी करायला मिळाल्या. आयं, मला आता वाटतंय शिक्षणानं पंखात नवं बळ घेऊन उंच उडायचं. तू घरची नगं काळजी करू; म्या समदं पाईन; पण आयं, आता म्या रोज साळंत जाईन. म्या आता ठरवलंय... अगदी मनाशी पक्कं. यापुढं रोज साळंत जायचं. मी साळा शिकीन. बुकं वाचीन. परशाला सांभाळून घरचं कामबी करीन; पण आता म्या रोज साळंत जाईन.''

पोरीचं बोलणं ऐकून आई विचारात पडली. कमलनं आईचा चेहरा बरोबर वाचला. ती म्हणाली,''तू नको आता विचारी की बिचारी होऊस. परशाचीबी नगं बिलकूल काळजी करूस. मी हाय की सावलीसारखी त्याच्यासोबत. अगं, मी एक शिकले तर आपला परशाबी शिकंल. हळूहळू शिक्षणाचं मत्त्व त्याच्याबी डोक्यात बसंल. साळंमुळंच हा इस्वास म्या खरा करून दावीन. आयं, कामाच्या पगाराचा हिशोब नेहमी चुकतो ना तुझा? म्या आता तुलाबी वाचाय-लिवाय शिकवणार हाय. मग बघ कसा तू चटचट हिशोब करशील.''

पोरीचं बोलणं ऐकून आईला एकाएकी हसूच फुटलं. मग हसतच ती लेकीला म्हणाली, ''अगं एडी का खुळी तू? माझं काय शिकायचं वय राहिलंय व्हय आता?''

कमल पट्कन आईची पुढची वाक्यं तोडत म्हणाली,''आयं, अगं शिकायला वयाचं कायबी नस्तंया; फकस्त शिकायची जिद्द असली पाहिजे. मी तर शिकून खूप मोट्ठी होणार बघ... जिल्ह्याची कलेक्टरच. थोडी कळ काढ. माझं हे सपान मी खरं करून दावीन.'' आईला पोरीचं कौतुक वाटलं. डोळे भरून ती पोरीकडं पाहत होती आणि जिवाचा कान करून तिचं बोलणं ऐकत होती.

कमल आईला पुढं म्हणाली,''साळंत गुरुजी म्हणाले,'साळा हा माणसाचा तिसरा डोळा हाय.' पण आयं, तुला खरं

सांगू का, अगं, साळा आपल्यासाठी भाकरीचा गोळा हाय. पोटासाठी, घरासाठी तुझी वणवण ठावं हाय मला. एका घोटासाठीबी आराम न्हाय मिळत तुला; पण आयं, आता अडाणी राहून न्हाय चालायचं. साळंमुळंच म्या आपली गरिबी दूर सारीन.''

आता मात्र आईचे डोळे भरून आले. किती वेळ पातळ पापण्यांच्या आड दडवलेले तिचे अश्रू बाहेर पडले, तसा तिनं डोळ्याला पदर लावला. कमल लगेचच जागची उठून आईच्या जवळ गेली. आईला म्हणाली,''आयं, आता डोळ्याला पदूर कशापाई लावतियास? अगं, मला घरच्या कामाचा तरास न्हाई. मी, परशा आणि तू. आपण तिघंच एकमेकांना आधार. तू दारचं काम बघ; मी घरचं काम बघीन. अगं, तुझीच लेक हाय मी. कष्टाला मागं न्हाई सरणार. खरंच, तू घरची नगं काळजी करूस. डोळं पूस बघू आधी. आणि आता आल्या आल्या घरच्या कामाला नगं बिलगूस. हाय तो चहा परत गरम करते. आणखी एकदा चहा घे. बरं वाटंल तुला. चहा लय लाडका हाय तुझा, माहीत हाय मला. मी साळंतून आल्यावर मोरीतली वल्ली कापडं सारी धुतलीय बघ. पाणीबी भरून ठिवलंय. आता ही बघ तुझ्याशी बोलता बोलता मेथीची जुडीबी खुडून झालीय. आता मस्तपैकी मेथीची भाजी करते. भाकऱ्या तेवढ्या शिकव मला. मग सांजच्याचा सारा स्वैपाक मीच करत जाईन.''

आई तिच्या डोक्यावरून मायेनं हात फिरवत म्हणाली,''व्हय गं माझ्या पोरी. लय गुणाची हायस तू. मी तुझी आय हाय; पण मला आता वाटतंय तूच माझी आय झालीयस.''

इतका वेळ माय-लेकीचं बोलणं ऐकत बसलेला परशा आईला म्हणाला, ''आयं, भूक लागलीय मला. साळंत मोकार अभ्यास केलाय म्या.''

कमल हसून पट्‌कन म्हणाली, ''मोकार अभ्यास म्हणं... लबाडा.... परशा, चल, तुला चहा-बटर देते. चहा-बटर खा आणि मी पाटीवर लिवून दावलेली 'क' ची बाराखडी वाचायला घे. मग उद्या तुझ्या सरोदेबाईंना घडाघडा वाचून दाखीव. ऐकशील ना ताईचं?''

परशानं जोरात होकारार्थी मान हलवली. आई मात्र डोळ्यांत मुलीचं कौतुक साठवत होती.

पावसाची कविता...

"ए आई, मला आपल्या सदाशिव चौकात कोण भेटलं माहितीय? अगं आमचे थोरात सर!" घरात पाय टाकल्याबरोबर बाळूनं उत्साहानं आईला सांगितलं. बाजारातून आणलेल्या किराणा सामानाची पिशवी त्यानं टेबलावर ठेवली. हात-पाय स्वच्छ धुतले, टॉवेलने पुसले आणि तो आईजवळ आला.

आई म्हणाली, "काय रे बाळू, काय म्हणाले तुझे थोरात सर?"

"अगं, मला म्हणाले, 'काय बाळू इकडे कुठे?' मी म्हणालो, 'सर, इथेच जवळ भागुजी चाळीत राहतो मी. घरातलं किराणा सामान आणायला आलो होतो. आई घरच्या कामात आहे ना; म्हणून मी आलो, तिला तेवढीच मदत,' असं मी म्हटल्यावर मग माझ्याकडे पाहून ते हसले. माझ्या खांद्यावर हात ठेवला. मला म्हणाले, 'चल, त्या समोरच्या नवनाथ रसवंतिगृहात दोघे उसाचा रस घेऊया.' आम्ही दोघं उसाचा रस प्यायलो. मग ते त्यांच्या घरी आणि मी माझ्या घरी." बाळूनं एका दमात आईला हे सारं सांगून टाकलं. पुढे पुष्टी जोडत तो म्हणाला, "फार प्रेमळ आहेत आमचे थोरात सर अन् तेवढेच शिस्तशीरसुद्धा."

आई म्हणाली, ''बाळू, अरे मग हे चांगलचं आहे की, शिस्तशीर असणं केव्हाही चांगलंच! असं म्हणतात- शिस्तीनं राष्ट्र घडतं आणि अशी शिस्त आपण अंगी बाणवली तर आपलीही प्रगती व्हायला मदतच होते.''

बाळूनं काहीतरी आठवल्यासारखं डोळे बारीक केले आणि आईला पट्कन म्हणाला, ''आई, तुला आमच्या वर्गातला तो रमेश पाटील माहीत आहे का?''

आई म्हणाली, ''कोण हा रमेश पाटील? आणि आता त्याचं मध्येच काय निघालं?''

बाळू काहीसा हिरमुसला, म्हणाला ''अगं आई, तो नाही का उंच, गोरापान, बोलक्या डोळ्यांचा; मागे एकदा आपल्या घरी आला होता, माझी गृहपाठाची वही मागायला.'' आईला काही केल्या आठवेना; कारण बाळूच्या कितीतरी मित्रांचा या ना त्या कारणानं घरी राबता असायचा.

बाळू म्हणाला, ''आई, हा रमेश खूप सालस अन् कष्टाळू आहे. बाबा नाहीत त्याला. त्याच्या आईला दमा आहे. तिचे हात-पाय आता चालत नाहीत, तरी ती बिचारी कशी का होईना चार घरची धुणी-भांडी करते आणि हा रमेश कष्ट करून शाळा शिकतो. घरातल्या खर्चाला हातभार लावतो.''

आईनं आश्चर्यानं विचारलं, ''कष्ट? काय कष्ट करतो?''

''अगं, रेल्वे फलाटावर उदबत्त्या विकतो. सकाळीच लवकर उठून उदबत्त्या विकायला बाहेर पडतो. दुपारपर्यंत उदबत्त्या विकून मग त्याची उदबत्त्यांची पिशवी शाळेजवळच्याच एका नातेवाइकांच्या घरी ठेवून मग हा दप्तर घेऊन दुपारच्या शाळेला धावत येतो. शाळेत येताना नातेवाइकानं जर काही खायला दिलं तर ठीक; नाहीतर उपाशीच शाळेत येतो. शाळेतल्या खिचडीवरच तो दिवसभर असतो. कधी कधी मी माझ्या डब्यातली भाजी-पोळी त्याला देतो. आवडीने तो ती खातो. आई, जमेल तेवढी मी त्याला अभ्यासातही मदत करतो. बाळूचं हे सारं बोलणं ऐकून आईला आपल्या मुलाचं कौतुक वाटलं. आपल्या मुलाचा हात नेहमीच मदतीसाठी पुढे असतो, हे तिला ठाऊक होतं; पण ती लगेच पुढे म्हणाली, ''अरे, पण तू थोरात सरांबद्दल बोलत होतास आणि आता तुला रमेश पाटीलबद्दल मध्येच हे सारं का आठवलं?''

बाळू म्हणाला, ''आई, आज थोरात सर भेटले आणि का कुणास ठाऊक मला रमेश पाटीलही आठवला. त्याचं काय झालं, थोरात सर जूनला गेल्या वर्षीच

आमच्या शाळेत शिक्षक म्हणून नव्यानं रुजू झाले. आमच्या मराठी शिकवणाऱ्या देशपांडेबाई सेवानिवृत्त झाल्या आणि त्यांच्या जागी थोरात सर आले. मराठी विषय ते जीव लावून शिकवतात. मराठी लेखक-कवींविषयी, त्यांच्या साहित्याविषयी कुठलाही प्रश्न विचारा- त्यांचं उत्तर तय्यार. फार दांडगं वाचन आहे त्यांचं. मुलांशी नेहमीच ते आपुलकीनं वागतात; पण बेशिस्त, बेजबाबदार वागणाऱ्या मुलांना शिक्षाही करतात. त्यांच्या शिक्षाही अफलातून असतात बरं! एखादा मुलगा शाळेत उशिरा आला की, शाळा सुटल्यावर तासभर थांबवून त्या मुलाकडून शाळेच्या खेळाच्या मैदानावर पाणी शिंपडणं, तिथली माती सारखी करणं, तर कधी शाळेच्या भोवतालच्या झाडांना पाणी घालणं यांसारखी कामं करून घेत. या कामात त्या मुलांसोबत त्यांचाही सहभाग असायचा. मुलांशी गप्पा मारता मारता मुलांचा एक तास केव्हा संपून जायचा, हे मुलांना कळायचंसुद्धा नाही. गृहपाठ न करणाऱ्या मुलांकडून ग्रंथालयात शाळा सुटल्यावर बसवून गृहपाठ पूर्ण करून घ्यायचा, हे तर त्यांचं नेहमीचं ठरलेलं. अशा वेळी मुलांना अभ्यासात काही अडलं तर मदतही करायचे. त्यांच्या या असल्या शिक्षांतून मुलांना त्यांच्याबद्दल कधीच राग यायचा नाही.''

आई मध्येच म्हणाली, ''अरे पण, तू मला रमेश पाटीलबद्दल सांगणार होतास ना?''

''अगं आई तेच सांगणार आहे. अगं, एकदा काय झालं...''

बाळूनं 'एकदा काय झालं' म्हटल्यावर आईनं हातातलं काम जरा बाजूला ठेवलं अन् ती बाळूकडे उत्सुकतेनं पाहू लागली. बाळू म्हणाला, ''अगं, गेल्या वर्षाची जूनची गोष्ट. जूनला शाळा सुरू झाली आणि पहिल्याच दिवशी थोरात सर वर्गात

आले. सोबत मुख्याध्यापक सहस्त्रबुद्धे सर होतेच. मुख्याध्यापकांनी थोरात सरांची आमच्या वर्गाला ओळख करून दिली आणि मग ऑफिसच्या इतर कामांसाठी ते वर्गाबाहेर पडले. थोरात सरांनी आम्हा सर्व मुलांची ओळख करून घेतली. प्रत्येक मुलानं आपले संपूर्ण नाव, मराठीतील आपला आवडता लेखक किंवा कवी, त्याचं वाचलेलं पुस्तक आणि आपला छंद, अशा रीतीने आपली माहिती द्यायची. सगळ्यांची ओळख झाल्यावर थोरात सरांना वर्गातील मुलांचे केवढेतरी छंद समजले. चित्रकला, संगीत, नृत्य, नाट्य, हस्तकला... बाप रे! केवढ्या नानाविध छंदांची यादीच वर्गात तयार झाली. अचानक बाहेर ढगांचा गडगडाट सुरू झाला आणि थोड्याच वेळात पावसाची रिमझिम ऐकू आली. खिडकीवर पावसाच्या थेंबांचा जोर वाढला. ते थेंब जणू वर्गात शिरायला लागलेत, असंच वाटलं. आता पावसाचं मधुर संगीत जणू सुरू झालं होतं. पहिल्या पावसातला भिजलेल्या मातीचा मृद्‌गंध वाऱ्याबरोबर वर्गात शिरला होता. त्या पहिल्या पावसानं वर्गातलं सारं वातावरण एकदम प्रसन्न, भारून गेल्यासारखं वाटलं.''

थोरात सर म्हणाले,''तुमच्या मराठीच्या पुस्तकातील पहिलीच पावसाची कविता आपण गाऊया, असं म्हणून सरांनी 'नटखट पाऊस' ही कविता गायला सुरुवात केली.

''पाऊस सरी, येतात दारी, झिम्माड पाऊस रानात
टपटप टपटप वाजत बसतो, जणू बोलतो गाण्यात,''

सर खूप सुंदर गाऊन कविता म्हणत होते.

''पाऊस पाणी, फुलती गाणी, पाऊस पाहतो हसून
आनंदाच्या लाटेवरती, चला जाऊया बसून''

या ओळी ऐकल्यावर तर आम्हाला आम्ही आनंदाच्या लाटेवर स्वार झालो आहोत, असंच वाटलं. सर 'पाऊसगाणे' म्हणत होते आणि आम्ही मंत्रमुग्ध होऊन ते गाणे ऐकत होतो. नुसते ऐकत नव्हतो, तर त्या पाऊसगाण्यात चिंब चिंब भिजून गेलो होतो. जणू बाहेर पाऊस आणि आत पाऊस अशी आमची अवस्था झाली होती; कारण सरांच्या तोंडून बाहेर पडणारे शब्दच तेवढे प्रभावी आणि परिणामकारक होते. लय, ताल आणि सूर हातात हात गुंफून त्या पाऊसगाण्यात सामील झाले होते. एवढं सगळं सुंदर सुरू असताना सरांचं लक्ष अचानक शेवटच्या बाकाकडे गेलं. त्या बाकावर रमेश पाटील भिंतीला डोकं टेकवून चक्क झोपला होता. सरांना खूप राग आला. ते त्याच्याजवळ गेले. ओरडूनच त्यांनी त्याला उठवलं, म्हणाले, ''वर्गात ढाराढूर झोपायला तू गोडधोड जेवणावर ताव मारून आलास की रात्रभर सिनेमा पाहिलास?'' सगळा वर्ग चिडीचूप. रमेश सशासारख्या भेदरलेल्या नजरेनं सरांकडे पाहत होता. त्याच्या तोंडून शब्दही फुटत नव्हता. मग आई शेवटी मीच उठून उभा राहिलो, धीर करून सरांना

म्हणालो, ''गरीब आहे तो सर!'' सर पटकन म्हणाले, ''गरीब?... गरीब; मग याच्या कपड्याला कसा अत्तराचा वास?'' मी म्हणालो, ''नाही सर, उदबत्त्यांचा वास येतो खास! वडील नाहीत त्याला; तो काम करून शिकतो, शाळेत येण्यापूर्वी तो उदबत्त्या विकतो.'' आई हे ऐकल्यावर सर खूप अस्वस्थ झाले. त्यांनी पुढे कविता शिकवलीच नाही. उलट रमेशच्या डोक्यावरून मायेने हात फिरवला. वर्गात का झोपू नये, हे त्याला समजावून सांगितलं; पण हे सांगताना त्यांचे डोळे पाणावलेले होते. बाळूनं हे सारं अधीर होऊन आईला सांगितलं.

रमेशची ही सारी हकिगत ऐकून आईचेही डोळे पाणावले. बाळूला पोटाशी धरत ती म्हणाली, ''धिटाईनं तू सरांना रमेशची सारी हकिगत सांगितलीस, हे फार छान केलंस. माझा गुणाचा बाळू तू. असाच साऱ्यांच्या मदतीला धावून जात जा.'' आता बाळूही आईला बिलगला होता. आईच्या डोळ्यांतले अश्रू बाळूच्या डोक्यावर पावसाचे थेंब होऊन बरसत होते... थोरात सरांच्या त्या पावसाच्या कवितेसारखे...

■

मायेची ऊब

"आई, मी बोलतोय राघव." फोनवरचं हे वाक्य ऐकताक्षणीच ऋता पाटीलबाईंचा चेहरा एकदम फुलून गेला. आनंदाने डवरलेलं झाडच झाल्या जणू त्या. "बोल राघव... कसा आहेस तू? तुझं काम कसं चाललंय? तुझी तब्येत कशी आहे? अन् इकडे मुंबईला कधी येणार आहेस तू?" पाटीलबाईंनी एका दमात उत्साहात सारं विचारलं.

"अगं आई, एका वेळी किती प्रश्न विचारतेस, तुझ्या शाळेतल्या मुलांना विचारल्यासारखे. अगं, मी अगदी मस्त मजेत आहे. माझी काळजी करू नकोस. मी दोन दिवसांनी मुंबईला येतोय. कंपनीच्या कामासाठी. मग आठवडाभर राहीन, हे सांगण्यासाठी फोन केलाय मी. आई, आता डिसेंबर महिना सुरू झालाय, म्हणजे मुंबईला खूप थंडी असेल नाही?"

"हो रे बाबा! चांगलीच थंडी पडलीय इथे; पण तू छान बातमी दिलीस आज. थंडी पळाली बघ, तुझं बोलणं ऐकून. ये लवकर ये. तुझ्या आवडीचे बेसनलाडू करून ठेवते मी." पाटीलबाई आतुरतेने म्हणाल्या.

"बरं आई. येताना तुझ्या वर्गातल्या मुलांसाठी चॉकलेट्सचा डबा अन् आता थंडीचे दिवस आहेत म्हणून तुला एक स्वेटर घेतलाय मी. आणखी काही आणायचं आहे का?" राघवनं विचारलं.

"हे बघ. चॉकलेट्सचा डबा तेवढा घेऊन ये मुलांसाठी. पण मला स्वेटर नको. मी स्वेटर घालणं दोन वर्षांपूर्वीच सोडून दिलंय रे!'' शेवटचं वाक्य बोलताना पाटीलबाईंचा स्वर काहीसा कातर झाला.

"का गं आई, तू स्वेटर घालणं सोडून दिलंस?''

"हे बघ, तू इकडे आलास ना, मग सारं सांगेन मी. तू लवकर ये. वाट पाहतेय मी. ठेवू आता फोन?''

"बरं ठेव,'' काहीशा नाराजीनंच राघव म्हणाला.

फोन ठेवल्याबरोबर पाटीलबाईंच्या डोळ्यांसमोर त्यांच्या तिसरीच्या वर्गातल्या मधूचा चेहरा आला आणि त्यांना आठवला तो दोन वर्षांपूर्वीचा त्यांच्या वर्गातला प्रसंग. त्याच दिवसानंतर त्यांनी स्वेटर घालणं सोडून दिलं होतं, ते आजतगायत.

तो प्रसंग त्यांच्या हृदयात जणू घर करून राहिला होता. कालपरवाच तो घडला आहे, इतक्या ताजेपणानं त्यांना तो आजही आठवत होता.

दिवाळीच्या सुट्टीनंतर पुन्हा शाळा सुरू झाली होती. सकाळ अधिवेशनातली मुलं लगबगीनं अनुयोग विद्यालयाच्या पायऱ्या चढत होती. वातावरणात चांगलीच थंडी असल्यानं बऱ्याच मुलांच्या अंगावर स्वेटर्सही दिसत होते. कुणी हातावर हात चोळत होती, कुणी हातांची घट्ट घडी घालून थंडी घालवण्याचा भाबडा प्रयत्न करत होती.

घंटा झाली, वर्ग भरला. पाटीलबाई त्यांच्या वर्गात आल्या. त्यांच्याही अंगावर फुलांचा नक्षीदार स्वेटर होता. वर्गातल्या एकाच मुलाच्या अंगावर स्वेटर नव्हता, तो म्हणजे मधूच्या. परिपाठ सुरू झाला; पण मधूचं लक्षच नव्हतं, हे बाईंच्या ध्यानात आलं. तो अनेकदा बाईंच्या स्वेटरकडेच पाही. परिपाठ संपला आणि दिवाळीच्या अभ्यासाची वही दाखवण्यासाठी मधू बाईंच्या टेबलजवळ आला. बाईंनी त्याची वही घेतली. तेवढ्यात तो बाईंना म्हणाला, "बाई, तुम्हाला खूप थंडी वाजतेय?''

"हो रे मधू; म्हणूनच तर मी हा घातलाय स्वेटर.'' बाई सहज म्हणाल्या.

"बाई, मलासुद्धा खूप थंडी वाजतेय हो.''

बाईंनी मधूचा चेहरा न्याहाळला. त्याचा निरागस कोवळा चेहरा खरंच थंडीनं जणू कोमेजला होता. त्याचे बोलके डोळे मात्र बरंच काही सांगून गेले. त्याच्या त्या वाक्यानं बाईंचं मन द्रवलं. त्या म्हणाल्या, "मधू, तुला खूप थंडी वाजतेय का रे, मग माझा स्वेटर काढून देऊ तुला?'' मधूच्या खांद्यावर मायेनं

हात ठेवत त्या सहानुभूतीनं म्हणाल्या.

"नको नको बाई ! तुम्ही मला तुमचा स्वेटर दिला तर तुम्हालासुद्धा माझ्यासारखीच खूप थंडी वाजेल, बाई." मधू पट्‌कन बोलून गेला.

क्षणभर बाईंना काय बोलावं ते कळेना. थोडा विचार करून त्यांनी त्यांच्या अंगातला स्वेटर आधी काढून टेबलवर ठेवला. मग मधूला म्हणाल्या, "मधू, आपण या थंडीला वर्गातून पळवून लावूया का रे?"

"कसं काय बाई?" मधूनं निरागसतेनं प्रश्न केला.

"अरे नाचू, खेळ खेळू. गाणी, गोष्टी म्हणू अन् थंडीला साऱ्यांनी पळवून लावू. थंडी तिचं काम करेल आणि आपण आपलं काम करू. कोण जिंकेल तेच पाहू." मधूनं बाईंकडे हरखून पाहिलं.

बाई पुढे म्हणाल्या, "आणि हे बघ मधू, तुला आता थंडी वाजतेय ना; पण तू तुझं सारं लक्ष अभ्यासात घातलंस ना, मग तुला थंडी वाजतेय की नाही, हे तुझ्या लक्षातच येणार नाही. मग थंडीच आपल्याकडं कुणी लक्ष देत नाही हे पाहून रुसून इथून निघून जाईल. आहे की नाही गंमत?"

बाईंचं बोलणं ऐकून मधूला आनंद झाला. तो उत्साहानं म्हणाला, "बाई, मग आजच्या अभ्यासाची सुरुवात एका छानशा गाण्यानंच आपण करूया."

"हो बाई ! हो बाई !" सगळा वर्ग म्हणाला.

'हातांचे हे पंख पसरुनी
भुर्रकन उडुनी जाऊ या,
आनंदाने खेळू या,
नाचू या रे गाऊ या'

मग बाईंनी कृतियुक्त गाणं घेतलं.

आता थंडीमुळे हातांची घट्ट घडी घालणारा मधू दोन्ही हात पंखासारखे लांब करून भुर्रकन उडण्याचा अभिनय करून गाणे गात होता. पाहता पाहता सगळा वर्ग गाण्यात रमून गेला. "बाई आणखी एक भन्नाट गाणं घ्या ना." मधूनं आग्रह केला. बाईंना मधूचा आग्रह

मोडवेना. बाईंनी मग आणखी एक सुंदर गाणं घेतलं..... बदकुबाईचं.

बदकुबाई तिची पिल्ले
तळ्यात पोहायची
आईसंगे पिल्ले पाहून
कमळे डोलायची
गार वारा त्यांच्यासोबत
खेळण्यास येई
आकाशाच्या रंगात तळे
निळे निळे होई
प्रत्येक पिल्लू तळ्यातल्या
कमळासंगे खेळे
नंतर मात्र आईमागे
एका ओळीत पळे
आई होते इंजिन जणू
डब्बे होतात पिल्ले
त्यांची गाडी तळ्यात अशी
तुरुतुरु चाले
मासा गाडीसोबत येऊन
सुळकन् पोहत जाई
बेडूकदादा शिट्टी वाजवून
गाडीस आवाज देई
त्यांचा खेळ पाहून तळे
गालातच हसे
आकाश मग तळ्यामध्ये
डोलताना दिसे.

या गाण्याने मधूच्या गालावरची खळी एकदम खुलली. 'बेडूकदादा शिट्टी वाजवून गाडीस आवाज देई' या ओळी म्हणताना मधूनेच बेडकासारख्या उड्या मारून मस्तच शिट्टी वाजवली. त्याच्या शिट्टीचा आवाज वर्गभर घुमला. या मजेशीर खेळगाण्यात बाईच जणू बदकुबाई झाल्या होत्या आणि पिल्ले झाली होती वर्गातली सारी मुलं. बाईंच्या पदराला धरून मुलांची गाडी बाईंच्या मागे तुरुतुरु धावत होती. खेळ फारच रंगला होता. वर्गात आता थंडीचं नामोनिशाण नव्हतं. मुलांचे आनंदित चेहरे पाहून बाईंचा चेहरा आता फुलला होता. बाईंचं टेबलावरील स्वेटरकडे सहज लक्ष गेलं, तर टेबलवरचा स्वेटर बाईंना उगाचच मलूल, कोमेजलेसा भासत होता. आणि मुलांचे चेहरे जणू डोलणारी फुलेच वाटत होती. ■

थँक्यू

आज रविवार. बाळू-शमीच्या शाळेला आज सुट्टी. तशी बाबांच्या कंपनीलाही आज सुट्टीच. त्यामुळे रविवारी नो धावपळ, नो घाई गडबड. नाहीतर इतर वेळी घरची कामं आवरताना आईला जणू दहा दहा हात फुटतात. घरची कामं पटापट आवरताना तिची लगबग पाहण्यासारखी असते; पण आजच्या रविवारी सारं कसं शांतपणे सुरू होतं; पण एकटा बाळू मात्र अशांत होता बरं. त्याला कारणही तसंच होतं. बाळूची आज क्रिकेटची मॅच होती. मॅच खेळायला जाण्यासाठी त्यानं कालच आई-बाबांची परवानगीसुद्धा घेतली होती. आता मित्र त्याला बोलवायला घरी कधी येतायत आणि आपण आपली क्रिकेटची बॅट घेऊन कधी एकदा मैदानावर जातोय, असं त्याला झालं होतं.

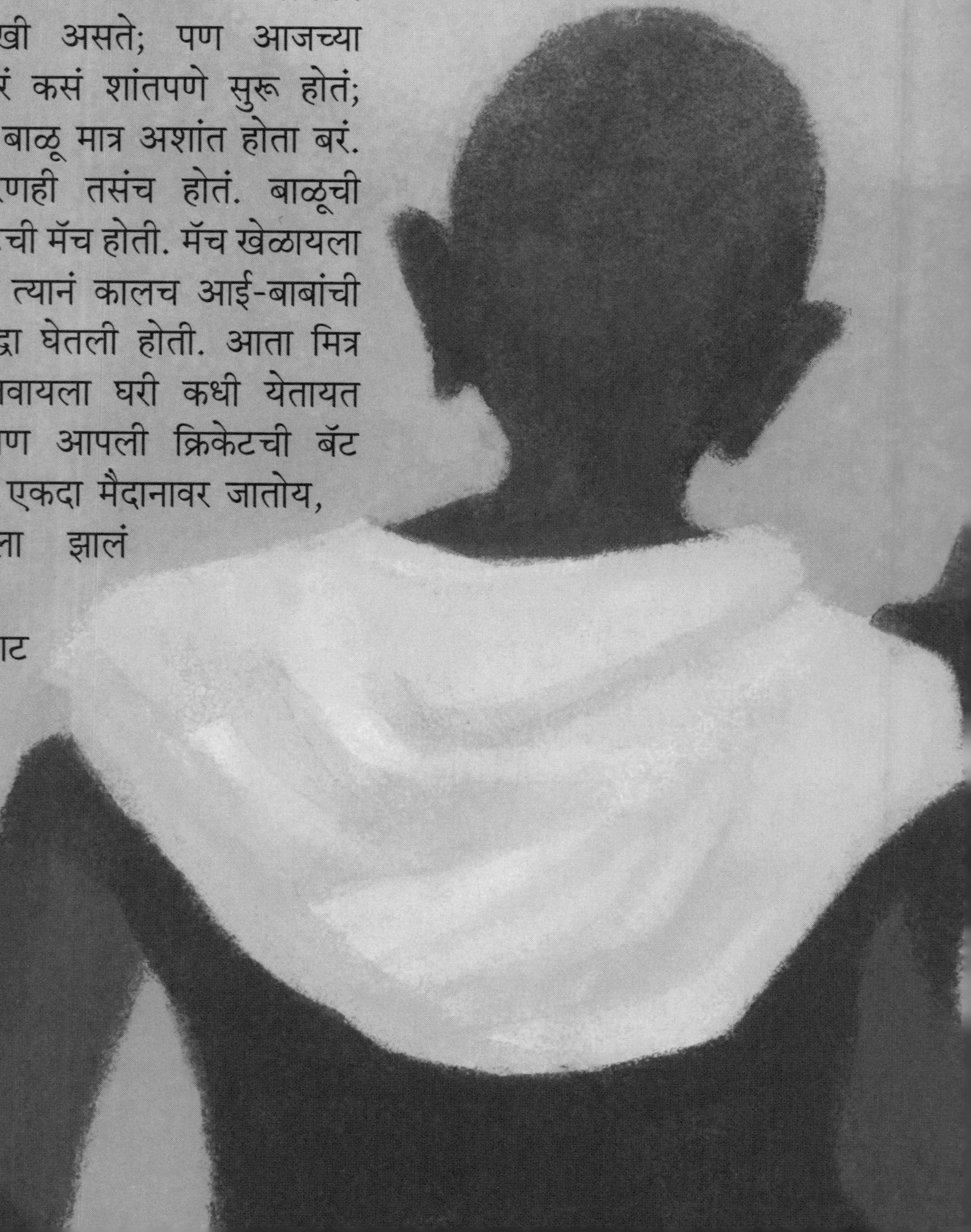

मित्रांची वाट पाहत गडी दाराच्या तोंडाशीच केव्हाचा उभा

होता. शेवटी एकदाचं त्याचं मित्रमंडळ आलं. मग आई-बाबांना विचारून बाळूनं मोठ्या उत्साहानंच बॅट घेऊन घराबाहेर पाऊल टाकलं. त्याला जाऊन अजून पुरता अर्धा तासही झाला नसेल; तोच स्वारी घरी पुन्हा परत. बरं आला तोही मोठ्या घुश्शातच. आल्याबरोबर त्यानं हातातली क्रिकेटची बॅट घरातल्या कोपऱ्यात रागानं जोरात आपटली. बॅटचा धाड्कन मोठा आवाज झाला. त्या आवाजानं आई आणि शमी पट्कन स्वयंपाकखोलीतून बाहेरच्या खोलीत आल्या. बाळूला पाहून त्यांनी, ''कसला रे अचानक आवाज झाला?'' असं विचारलं तर तो काहीच बोलायला तयार नाही. गाल, नाक फुगवून खुर्चीत बसला.

शमी म्हणाली, ''काय झालंय बाळूदा, बोलत का नाहीस? आणि एवढ्या लवकर कसा रे घरी परत आलास? एवढ्यात संपली तुमची क्रिकेटची मॅच? कमालच आहे!'' बाळू यावर काहीच बोलला नाही. अगदी गप्पच. मग गाल फुगवून गप्प बसलेल्या बाळूला हसवण्यासाठी शमीनं लगेच गाणं म्हणायला सुरुवात केली.

'नाकावरच्या रागाला औषध काय?
गालावरच्या फुग्यांचं म्हणणं तरी काय?'

बाळू रागानंच म्हणाला, ''शमे-ठमे, गप्प बसतेस की नाही; आधीच माझं डोकं फिरलंय बरं ! त्यात तू आणखी भर घालू नकोस.''

आता आई मध्यस्थी करत म्हणाली, ''अरे, पण डोकं फिरायला तुला झालं तरी काय? क्रिकेटची मॅच खेळायला गेला होतास ना?'' तेवढ्यात वर्तमानपत्र आणायला बाहेर गेलेले बाबा घरी परत आले. बाळूला घरात पाहून त्यांनाही आधी आश्चर्यच वाटलं; पण बाळूचा अस्वस्थपणा पाहिल्यावर त्यांनीही लगेच कारण विचारलं. आता मात्र बाळूनं तोंड उघडलं. सारी हकिगत सांगितली. क्रिकेटची मॅच ज्या संघाबरोबर होती, त्यातील एका मुलाशी बाळूची काही कारणावरून बाचाबाची, वादावादी झाली. एकमेकांना अक्षरशः शिव्या दिल्या गेल्या. एकमेकांवर ते धावून गेले. शेवटी बाळूच्या मित्रांनी बाळूला बाजूला नेलं; पण बाळूचा मूडच गेला सारा. मग तो मैदानावरून सरळ घरीच आला.

बाबा म्हणाले, ''काय रे, तुम्ही हल्लीची मुलं. छोट्या छोट्या गोष्टींवरून भांडता काय... एकमेकांना शिव्या देता काय... बाळू, त्या मुलानं तुला शिव्या दिल्या; मग तू त्या मुलाला शिव्या दिल्यास...मग तुमच्या दोघांत काय फरक राहिला बरं? तुम्ही दोघंही सारखेच. खेळही बाजूलाच राहिला तुझा. बाळा,

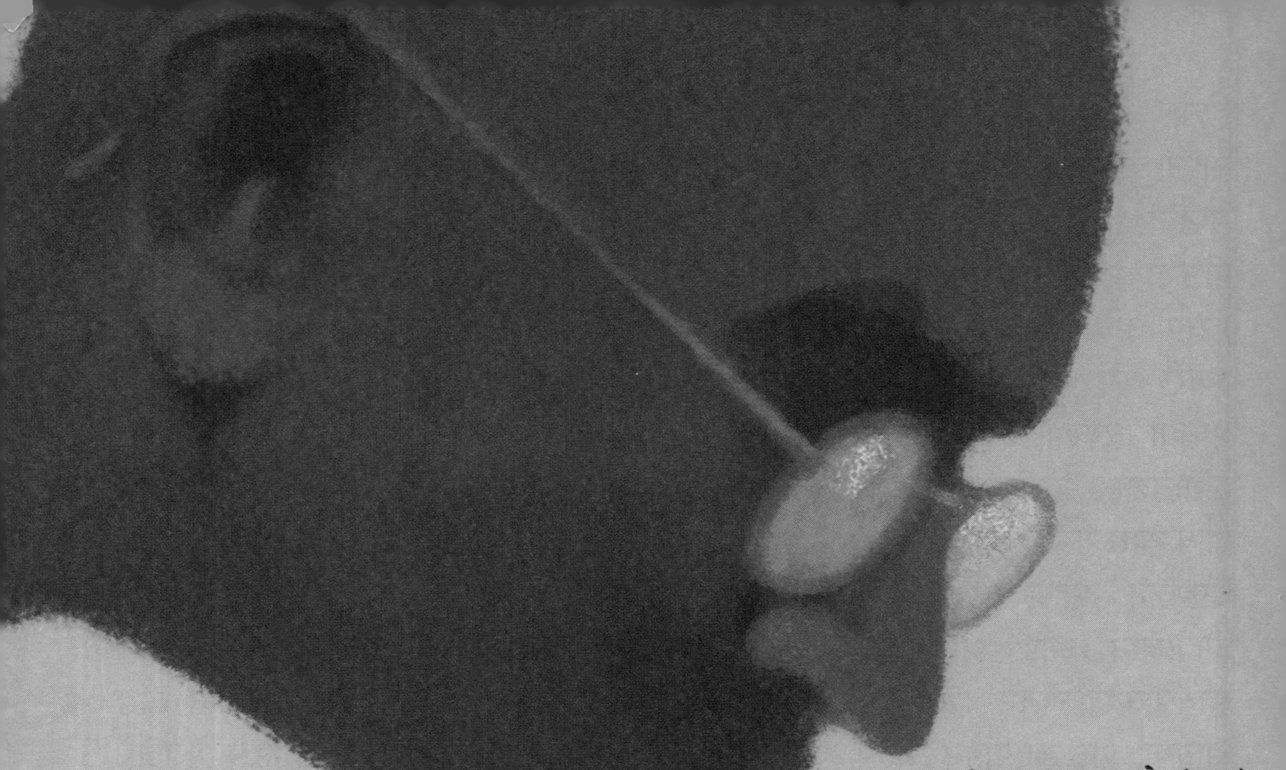

असा संताप करून घेणं बरं नव्हे. अरे, शांततेतच मार्ग सापडतो. भांडणात तर आपले श्रम वाया जातात. आजच्या तुझ्या या वागण्यावरून मला महात्मा गांधीजींच्या आयुष्यातील एका प्रसंगाची आठवण झाली बघ.''

शमी लगेच म्हणाली, ''बाबा, कोणत्या प्रसंगाची? सांगा ना आम्हाला तो प्रसंग.''

''होय, होय, सांगतो मी तुम्हाला तो प्रसंग.'' बाळू, शमू, आपला हिंदुस्थान देश पारतंत्र्यात होता तेव्हा हिंदुस्थानला स्वातंत्र्य मिळावं म्हणून हिंदुस्थानी जिवाचे रान करून कधी सनदशीर मार्गानं तर कधी सशस्त्र लढा उभारून इंग्रजांशी लढा देत होते. सत्याग्रह, असहकार चळवळीच्या मार्गानं

स्वातंत्र्य मिळवण्याचा अटोकाट प्रयत्न आपले महात्मा गांधीजीही करीत होते.

१९३१च्या काळी दुसरी गोलमेज परिषद इंग्लंडला भरली होती. राष्ट्रीय सभेचे प्रतिनिधी म्हणून गांधीजी या सभेस हजर झाले. हिंदुस्थानातील घटनात्मक प्रश्नांचा विचार सभेत होणार होता. बोटीचा लांबचा प्रवास, इंग्लंडला भरपूर थंडी, म्हणून गांधीजींच्या कार्यकर्त्यांनी उबदार कपडे गांधीजींसाठी बोटीवर चढवले; पण गांधीजींनी मात्र ते कपडे परत पाठवले; कारण त्यांना वाटे, माझ्या बांधवांकडे अंग झाकण्यासाठी पुरेसे कपडे नाहीत; मग आपण अंगभर उबदार कपड्यात कसे फिरायचे?

गांधीजी नेसत्या धोतर पंचावरच बोटीवर फिरत होते. बोटीवरील कोचावर बसून लिहीत होते. त्या बोटीवर असलेल्या प्रवाशांमध्ये एक इंग्रज अधिकारीसुद्धा प्रवास करीत होता. उघडेबंब गांधीजी पाहून त्या इंग्रजाला गांधीजींचा राग आला. त्याला वाटले, काय हा माणूस आहे; नुसत्या धोतर पंचावरच संपूर्ण बोटीवर हिंडत आहे. काहीच कसं वाटत नाही याला? त्या इंग्रजानं मग रागानंच आपल्याजवळील छोट्या छोट्या तीन कागदांच्या चिटोऱ्यांवर गांधीजींबद्दल अपशब्द, वाईट असे लिहिले आणि ते तीन चिटोरे टाचणीनं एकत्र टाचून गांधीजींकडे पाठवले. गांधीजींनी शांतपणे ते चिटोरे वाचले. त्यानंतर त्यांनी चिटोऱ्यांची टाचणी काढून ते कागद पाण्यात सोडून दिले आणि मग त्या माणसाकडे पाहून ते शांतपणे म्हणाले, ‘‘थँक्यू!’’

तो माणूस भलताच चिडला. त्याला वाटले, हा काय असभ्य प्रकार आहे. आपण या माणसाबद्दल एवढं वाईट लिहून पाठवलंय आणि हा माणूस आपल्याला ‘थँक्यू’ म्हणतोय. त्या इंग्रजानं पुन्हा मागचीच कृती केली. त्यानं पुन्हा आपल्याजवळील छोट्या तीन चिटोऱ्यांवर गांधीजींना अक्षरशः शिव्या लिहिल्या. मग त्या चिटोऱ्यांना टाचणी लावून ते चिटोरे पुन्हा गांधीजींकडे पाठवले. गांधीजींनी चिटोऱ्यांवरील शब्द शांतपणे वाचले. मग टाचणी काढून ते चिटोरे त्यांनी पुन्हा पाण्यात सोडले आणि त्या माणसाकडे पाहून ते पुन्हा शांतपणे म्हणाले, ‘‘थँक्यू!’’ गांधीजींची कमालीची शांतता पाहून त्या माणसाची अस्वस्थता मात्र वाढली. त्याला वाटलं, आता मात्र हद्दच झाली. तो माणूस रागारागानंच गांधीजींजवळ गेला आणि म्हणाला, ‘‘काय चालवलंय तुम्ही हे?’’

गांधीजी म्हणाले, ‘‘मी काहीच चालवलं

नाही; जे काय चालवलंय ते तुम्हीच, मी आपला शांत आहे.'' तो माणूस म्हणाला, ''मी दिलेले चिटोरे वाचले?''

गांधी म्हणाले, ''हो.''

''काय लिहिलं होतं त्यात?''

''शिव्या लिहिल्या होत्या त्यात...''

''मग तुम्हाला एवढ्या शिव्या लिहूनही तुम्ही शांतच, काहीच कसं वाटत नाही तुम्हाला?''

''पण मी त्या शिव्या स्वीकारल्याच नाहीत. मी त्या या महासागराच्या पाण्यात सोडून दिल्या. मला त्या लागल्याच नाहीत; मग मी कशाला विनाकारण रागावू?...''

तो इंग्रज पुढे म्हणाला, ''मग 'थँक्यू' कशाबद्दल?''

गांधीजी म्हणाले,''तुम्ही चिटोरे पाठवताना त्या चिटोऱ्यांना ज्या दोन टाचण्या लावल्या होत्या, त्या मी ठेवून घेतल्या आहेत. त्या दोन टाचण्या तुमच्याकडून मला मिळाल्या म्हणून मी थँक्यू म्हणालो.''

गांधीजींमधील परम शांतता पाहून तो माणूस अवाक झाला. त्या किरकोळ देहयष्टीच्या माणसाची बौद्धिक उंची त्याच्या डोळ्यांत सामावत नव्हती. गांधीजींचे शब्द त्याच्या मनात रुंजी

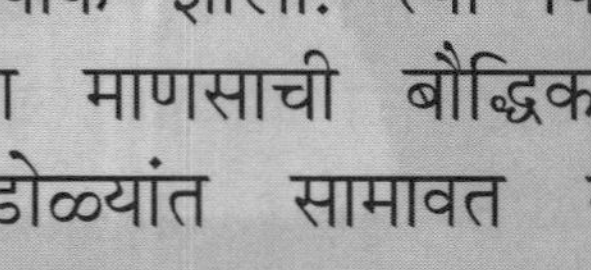

घालत होते. गांधीजींशी बोलून त्याला बरंच काही मिळाल्यासारखं वाटलं, म्हणून त्यानं मनःपूर्वक गांधीजींना नमस्कार केला आणि त्याच्याही तोंडून नकळत शब्द बाहेर पडले ''थँक्यू!''

''कसा वाटला प्रसंग?''

बाळू खुर्चीतून उठला आणि बाबांजवळ आला. त्याच्या डोळ्यांत आता पाणी जमा झालं होतं. भरल्या गळ्यानेच तो बाबांना म्हणाला,''बाबा, मी चुकलो. माझी चूक मला कळली. खरंच, मैदानावर मी त्या मुलाशी, कुणी आधी खेळायचं या क्षुल्लक गोष्टीवरून भांडलो. त्याला शिव्या दिल्या. यातून काय मिळवलं मी? ...फक्त मनस्ताप. आई-बाबा, मी वचन देतो, यापुढे मी कधीच असं वागणार नाही. डोक्यात राग घालून घेणार नाही. गांधीजींच्या आयुष्यातील तुम्ही सांगितलेला हा प्रसंग आयुष्यभर माझ्या लक्षात राहील. माझी सोबत करेल. हा प्रेरक प्रसंग सांगितल्याबद्दल बाबा, मनापासून थँक्यू.''

शमीसुद्धा म्हणाली, ''हो बाबा, थँक्यू.''

आई म्हणाली,''बाळांनो, 'थँक्यू'त मोठी जादू आहे बरं.''

मुलं ती जादू अनुभवण्यासाठी पुन्हा एकवार मोठ्यानं म्हणाली, ''थँक्यू...!''

■